புத்ர

லா.ச.ராமாமிர்தம்

டிஸ்கவரி பப்ளிகேஷன்ஸ்
எண்: 9, பிளாட் எண்: 1080A, ரோஹிணி பிளாட்ஸ்
முனுசாமி சாலை, கே.கே.நகர் மேற்கு,
சென்னை – 600 078. பேச: 99404 46650

வெளியீட்டு எண்: 0095

புத்ர (நாவல்)
ஆசிரியர்: லா.ச.ராமாமிர்தம்©

PUTHRA (Novel)
Author: **La.Sa.Ramamirtham**©

1st Edition: Jan-2016; 2nd Edition: Dec-2021

3rd Short Edition: Nov-2023

ISBN: 978-93-84301-43-9

Pages: 144

Rs. 120

Publisher • Sales Rights

Discovery Publications	**Discovery Book Palace (P) Ltd**
No. 9, Plot,1080A, Rohini Flats, Munusamy Salai, K.K.Nagar West, Chennai - 78. Tamilnadu, India. Mobile: +91 99404 46650	No. 1055-B, Munusamy Salai, K.K.Nagar West, Chennai-600 078. Ph: (044) 4855 7525 Mobile: +91 87545 07070

discoverybookpalace@gmail.com / www.discoverybookpalace.com

இந்த நூலில் பிரசுரமாகியுள்ள எந்த ஒரு பகுதியையும் எழுத்துபூர்வமான முன்அனுமதி பெறாமல் எடுத்தாள்வதோ, மறுபிரசுரம் செய்வதோ, மொழியாக்கம் செய்வதோ, ஊடகங்களில் மறுபதிப்புச் செய்வதோ, காப்புரிமைச் சட்டப்படி தடை செய்யப்பட்டுள்ளது. இந்த நூலிலிருந்து சில பகுதிகளை மேற்கோள்காட்டி நூல்அறிமுகம் செய்யலாம்.

உங்கள் மொபைல் போனிலிருந்து ஸ்கேன் செய்து 'டிஸ்கவரி புக் பேலஸ்' மொபைல் ஆப்பை டவுன்லோடு செய்து, புத்தகங்களை வாங்குங்கள்.

முன்னுரை

"புலி வருகிறது, புலி வருகிறது" என்று புலி வந்தே விட்டது.

இதோ என் நாவலை உங்கள் எதிரே வைக்கிறேன்.

புலி என்றதும் நான் சின்ன வயதில் கேட்ட கதையொன்று ஞாபகம் வருகிறது.

பகவான், அப்பரை ஆட்கொண்ட விதம் எப்படித் தெரியுமா? காடு, மலை, வனாந்திரம், கல், மண், வெய்யிலின் பொடிமணல், முள் செடி எல்லாம் நடந்து நடந்து, கை கால் உடல் தேய்ந்து அப்பவும் ஆர்வம் குறையாது உடலால் உருண்டு உருண்டு அப்பர் கைலையை நாடி வருகையில் கடவுள் புலியுருவம் எடுத்து, அப்பரை அடித்துக் கொன்று தின்றுவிட்டாராம். ஆண்டவனுக்கு அப்பர்மேல் அவ்வளவு ஆசை; அப்பரின் ருசி அப்படிப்பட்டது; அது தூண்டிவிட்ட பசி தாளாது, அந்த ருசிக்கு ஏங்கி, கடவுள் தவித்தாராம்.

அவனன்றி ஓரணுவும் அசையாது.

ஆனால், அவன் நம்மில் இசைந்துகொண்டிருக்கிறான்.

அவன் எவனோ? புலியோ? அதன் ஓயாத பசியோ? ஆனால் புலி பசித்தாலும் புல்லைத் தின்னாது.

அதனால் இந்தப் பசியிருக்கும் வரை, அவனுக்கும் நமக்கும் அழிவில்லை.

உணர்ச்சிகளைத் தனித்துப் பார்க்கையில், ஆசைகள், குரோதங்கள், கோபங்கள், தாபங்கள், நிறைவுகள், பக்கங்கள், சஞ்சலங்கள், அமைதிகள் எனப் பல

கோணங்கள் தென்பட்டாலும், உண்மையில் அவை லோகஸ்ருதியின் இடையறா, முடிவிலா இயக்கத்திலும், அதனின்று தோன்றித் தெரிந்து திரும்ப அதிலேயே மூழ்கிவிடும் அதனுடைய பிம்பங்களே.

இது வெறும் கதையாக மட்டும் கருதப்படாமல் இதில் எங்கேனும் ஒரு இடத்தில் தருணத்தின் தவப் பெருமையைப் பாடும் கீதமாய், படிப்பவர் நெஞ்சை ஒரு தருணமேனும் இது மீட்டிவிட்டால், என் ஆசை வீண் போகாது.

நிகழ்ச்சி சரித்திரமாகி, சரித்திரம் நினைவாகி, நினைவு கதையாகி, கதையை சொல்லிச் சொல்லி, சொல்லின் பிசிர் விட்டு, விஷயம் மெருகேறி, பிறகு, நம் ரத்தத்தில் தோய்ந்து நம் மனதையும் மாண்பையும் ஊட்டி வளர்க்கும் காவியமாகி விடுகிறது.

நிகழ்ச்சியின் கிளர்ச்சி அடங்கி ஓய்ந்த பிறகு, பின்னோக்கிலேனும் வாழ்க்கையைக் காவியமாகப் பார்க்க நமக்கு வக்கில்லாமல் போனால், நாம் வாழவே தகுதியற்றவர்கள்; மன்னிப்பவனே மன்னிக்கப்படுவான்.

இதைத்தான் இந்நாவலில் நான் சொல்ல முற்பட்டிருக் கிறேன். இதுவரை நான் எழுதியதத்தனையும் இதையெழுதப் பழக்கிக் கொண்டதுதான்.

இந்நாவலின் பிற்பகுதி, பின்வரும் உயிரின் காவியம்; இழுக்க இழுக்க ஓயாத பொற்சரடு.

ஆனால் எழுதுவது வேறு, எழுதியது அச்சாவது வேறு. எனக்காகவே நான் எழுதிக்கொண்டாலும், எழுதியது அச்சாவது பிறருக்குத்தான். எழுதுவதற்கு இலக்கணம் இல்லாவிட்டாலும், அல்லது பிசகு அமைந்தாலும், அச்சுக்கு இலக்கணம் உண்டு.

இதை எனக்குச் சொல்லாமலே செயலில் விளக்கியவர் 'குண்டூசி' (P.R.S.) கோபால், இம்மனுஷனுக்கு அச்சுப் பார்ப்பதில் உள்ள நீண்ட அனுபவ ஞானமும், எழுத்துக்கு எழுத்து. ஆம், நிச்சயமாய்,

அப்பட்ட உண்மையாய்–எழுத்துக்கு எழுத்து அவர் தனித்தனியாய்க் காட்டியிருக்கும் கவனமும், தந்திருக்கும் அன்பும், ஊட்டமும் வியப்பைப் பயக்கின்றது.

இப்புத்தகம் உருவாகிக் கொண்டிருக்கையில், என்னை நிர்வகிப்பதிலும் என் எழுத்தை நிர்வகிப்பதிலும் அவர் காட்டிய பொறுமை, நினைத்துப் பார்க்க அச்சமாயிருக்கிறது, அவ்வப்போது என்னின்று எழும் என் எழுத்தின் செருக்கிற்குக் கடிவாளம் கட்டி, பொருள் சிதைவில்லாமல், முறையாய் நூல் வடிவில் கொண்டு வந்து நிறுத்தியிருக்கும் சாதனை அவருடையதுதான்.

காரியவாதி.

புலி என்னைப் புசித்துவிட்டு உங்களிடம் வந்திருக்கிறது. நீங்கள் அதன் பசியைத்தான் தீர்ப்பீர்களோ, அதன் வாலை முறுக்கி அதன் மேலேறி சவாரிதான் செய்வீர்களோ, உங்கள் இஷ்டம்; உங்கள் சாமர்த்தியம்.

நான் புலியின் வயிற்றுக்குள்ளிருந்து பார்த்துக் கொண்டிருப்பேன்.

லா.ச. ராமாமிர்தம்

சென்னை
மார்ச் 15, 1965.

1

"அடே!"

கொள்ளிக்கட்டையிலிருந்து ஜ்வாலை குபீரிட்டது. நுனியில் பொறிகள் பறந்து சரிந்தன.

"அடே!"

அதே வேளையில் இன்னொரு வீட்டில், கிண்டி மூக்கிலிருந்து குழல் ஜலம் பூமியில் தத்தம் சிந்திற்று. அப்போதே தொலைக்கப்பால், ஜலம் விழுந்த அதே கோட்டில் பூமி வெடித்தது.

எங்கோ மைதானத்தில் நட்ட நடுவில் நின்ற அரசில் இலைகள் சலசல...

"அடே! உன்னைப் பெற்ற வயிறு பற்றியெறிஞ்சு சொல்றேன்; உன்னை ஏன் பெற்றேன்னு இருக்குடா!"

எங்கோ, எவனோ, துர்க்கனாவில் குழறல் பயத்தின் சிரிப்பாய் வெடித்து சில்கள் சில்லென உதிர்ந்தன. அந்தரம் அதிர்ந்தது.

"அடே!! உனக்கு ஆண் குழந்தை பிறக்காது!"

ஓஹோ, பத்தினி சாபமாக்கும்! பிறந்தாலோ?"

"பிறந்தாலும் தக்காது. பாம்பு தன் முட்டையைத் தானே நக்கிவிடறமாதிரி நக்கிவிடுவாய்!"

அப்பவே, அதுவாவே ஆத்திரத்தில் பூமிமேல் கையறைந்து எழுந்த ஆவியின் தும்பில், எரிந்த வயிற்றின் முத்துக் கொதியில், நாபிவேரினின்று கிளைகளோடு பிடுங்கிக்கொண்ட வேகத்தின் சுழலில், அனல் மூச்சின் கொந்தளிப்பில், ரத்தக் கொதிப்பில், உடல் கக்கிய வேர்வையில்,

சப்தத்தின் சத்தியத்தில்,

நா நறுக்கிய வடிவில்,

ஸர்வத்தின் நிரூபத்தினின்று,

வாக்குத் தடுத்த வரம்புள், சொல் விதித்த விதியில், அதுவே என் உயிர்ப்பாய்,

அதன் கதியே என் ப்ரக்ஞையாய்,

நான் பிதுங்கினேன்.

ஹாங்காரத்தின் ஹூங்காரம், ஹூங்காரத்தின் ரீங்காரம், ரீங்காரத்தின் ஓங்காரம், ஓங்காரத்தின் ஓம்ம்ம்ம்ம்...

வேகம் படிப்படியாய் ஓய்ந்து, படுதாவாய்ப் படர்ந்த நாத நடுக்கங்களைத் தாண்டி சப்தமண்டலத்தினின்று நான் வெளிப் பட்டதும், என் உருவத்தின் மழுவைத்தான் முதன்முதலாய் உணர்ந்தேன். என்னை ஜ்வரம் தஹித்தது.

என் பிறப்பின் வியப்பின் புது விழிப்பில் என்னைச் சுற்றிலும் நோக்கினேன்.

அலை நுரையாய்ச் சரிந்த வெண்கூந்தலலைகள் தடுத்துக் குறுகிச் சுண்டி, கன்னங்கள் ஒட்டிய முகத்தில் இரு பெரும் கண் குழிகளில், கண்ணீரில், விழித்திரிகளில் திகுதிகு வீசிய ஒளியில், ஒளியாடும் நிழலில், என்னைப் படைத்தவளின் முகதரிசனம் கண்டதும் இது ருத்ரம் என்று கண்டுகொண்டேன்.

அஞ்சலின் அஞ்சலியில் என் அருவிலும் அருவின் உரு ஒடுங்கிப்போனேன்.

என் உருவின் ஒடுக்கம் ஒடுங்கலின் உரு.

கொக்கி குறுகி வளைந்து, ப்ரக்ஞை அதில் கழுவேறி நெளிந்தது.

நான் யார்?

கேள்வியே பதில்; பதிலே கேள்வி; பதிலினின்று கேள்வி; கேள்வியால் பதில்; பதிலும் கேள்வியும் இதுவா? இல்லை அதுவா? இல்லை.

இதுவுமில்லை; அதுவுமில்லை; அதோ அதுவுமில்லை. இல்லை இல்லை என்பதுமில்லை.

பின் எது? எது??

மாறி மாறி மறுப்பும் கேள்வியும் பதிலும் குழம்பிய கொந்தளிப்பினின்று.

நான் யார்? நான் யார்?? நான் யார்??? நான் யார்???

??????... எண்ணற்ற பொறிமின் கொக்கிகள் துள்ளுமீன்களாய் எழும்பிப் பாய்ந்து வீழும் சதாவில் அவைகளுடன் நானும் ஒரு?

திணறுகிறேன்; அலைகிறேன்.

கேள்வி பதிலை நாடி நச்சரிக்கின்றது.

நான் வாக்கு.

எனக்கு ஆணுண்டோ? பெண்ணுண்டோ?

நான் அவளா? அவனா? அதுவா?

"அடே! உனக்கு ஆண் குழந்தை பிறக்காது!
பிறந்தாலும் தக்காது!"

இது இப்படிப் பலிப்பதே என் விதி; அதுவே என் கதி; நான் சாப வாக்கு.

ஆத்திரம் கடைந்த ஓசைக்கடலின்று வாக்கு என எழுந்தமையால், அவ்வாக்குகள் அதன் பொருள் அடக்கம் என்றன்றி – வேறு ஸ்தூல உரு எனக்கென்று தனியாயில்லை. என் தனிமையின் உருவற்றமையாலேயே நான் காலம், இடம், உரு, நியமனங்கள் கடந்த மெய். சப்தத்தின் ஸத்யம்.

காலம் வரும்வரை காத்திருப்பேன்.

இடம் ஒன்றுள் தடுபடேன். எங்கும் இருப்பேன்.

உரு ஒன்றில் ஒடுங்கேன்; எவ்வுருவும் என்னுரு; என் தன்மை.

நான் சொல்;

சொல்லின் பொருள்;

பொருளின் செயல்;

மூன்றும் ஒன்றாய் ஒருங்கே இயங்கும் திரிசூலம்.

2

என்னைப் பிறப்பித்தாளைப் பின்தொடர்ந்தேன்.

மூச்சிரைப்பு காற்றில் பறக்கும் இறக்கை உதிரி போல் அவளை முன் தள்ளிற்று, வெளுத்து வெண்மை முற்றி, மஞ்சள் பூத்த கூந்தற் சுமை கீழ், சிறு முகத்தை விழிக்குகைகளும் குங்குமமும்

பாதிக்குமேல் அடைத்தன. அவன் செவிசூழ் ரீங்காரம் என்னைச் சுற்றி இரைந்தது.

ரயிலேறி,

ஊர் சேர்ந்து...

ஏரிக்கரை மேட்டின் மேல் ஒற்றையடிப் பாதையில் பனைகள் அணிவகுத்தன. கீழ் நோக்கில், வயல்கள் கட்டானிட்டுக் காக்ஷி விரிகின்றது. மேலே நீலம் கிண்ணம் கவிழ்ந்தது.

சூரிய சாக்ஷி ஓய்ந்தபின், இரவில் பூமி சகிக்கும் க்ரம அக்ரமங்களைக் கவனிக்க வான் அனந்தம் கண்கள் ஒன்றொன்றாய்த் திறக்கின்றன.

இறைவனின் நியாய ஸ்தலத்தின் கட்டியம் போல் கோவில் மாலை மணியோசை, காற்றுவாக்கில் வீசிவருகின்றது.

பகலில் பகலவன்:

இரவில் இருளின் கண்கள், ஒலிகள்.

உயிர்கள், அனைத்தும், என்றும் எப்பவும்,

ஒன்றுக்கொன்று காவல்.

பாட்டிக்கு நடை தானே விரைந்தது. காலடியில் மணியாங் கற்கள் நொறுங்கின. வழிகுறுக்கே வீழ்ந்து கிடந்த பழுதை ஒன்று, சடுக்கென உயிர்கண்டு, நெளிந்து நிலத்தின் வெடிப்பில் நுழைந்து ஒளிந்தது.

கிழவி பார்க்கவில்லை. பார்த்திருந்தால் பயந்திருப்பாளோ?

அவளைக் கண்டால் அதற்கு பயம்.

அதைக் கண்டால் அவளுக்கு பயம்.

உயிர்க்குயிர் உலகம் பயமயம்.

அவர் என்ன செய்கிறாரோ?

பயம்.

நெஞ்சப் புதைவிலிருந்து கவலைக்கோடுகள் எழுந்து, மாறி மாறிப் பின்னி, சிக்கலில் விழைந்து, அடி நுனியிழந்து சிலம்ப மாடுவதைத் தன் ஊன் சிறையில் அவள் காணாள்.

ஆனால் நான் என் உருவற்றமையால், அடைபற்று அவள் தோள் மேல் ஊர்ந்து அவள் விழி வழி செவி வழி.

அந்தரத்தினின்று நாசி நூற்கும் உயிர் மூச்சு வழி

உடல் சதைப் பின்னல்களின் கோடி ஜன்னல் வழி

உள் எங்கும் ஓடிஓடி

கவலைக்கோடு பிரிந்தோடும் ரேகை

உள்ளே காண்கிறேன்.

பிறவி பயங்கள், ஆசைகள், காரணமும் நியாயமுமற்ற கவலைகள், அவலங்கள் எத்தனை எத்தனை?

உலகம் பயமயம்.

தெருக்கோடியில், மேட்டு நிலத்தில் வீடு. ஓட்டு வீடு. பழம் வீடு. பழமையின் வழி வந்த வீடு. குறடுதாண்டி வாசலின் இரு பக்கங்களிலும் பெருந் திண்ணைகள். திறந்த வாசல் வழி கொல்லைக் கிணற்றின் வாய் மேல் ராட்டினத்தினின்று காலியாய்த் தொங்கும் தாம்பின் சுருக்கு இங்கிருந்தே தெரிகிறது.

கிழவிக்குப் பரபரப்புத் தாங்கவில்லை; நுழையும் போதே 'எப்படியிருக்கிறீர்கள்?' என்றபடியே வருகிறாள். நடை தாண்டியதும் கூடத்தில் படுத்திருக்கிறார். கண்டதுமே கிழவியின் கழுத்துச் சரடு வடமெனத் திரள்கின்றது. அவர் மார்புள் உயிர்ச் சுடர் அவள் பார்வையில் உரம் பெறுகிறது.

காண்கிறேன்.

உருவிலாமையால், புறம் தாண்டி, உள் ஊன்றி.

உள்ளது கண்டு கண்டது விண்டு,

காண்கிறேன்.

விடு விடெனச் சென்று பாதங்களைப் பற்றி மார்புடன் அணைத்துக்கொள்கிறாள். ஆங்கெழுந்த உள்ளப் பெருக்கில் நான் சறுக்கி மூழ்கித் திணறுகிறேன். எனக்கு அழிவென்பது இல்லையென்பது இன்றிடில் அழிவு என்பது இப்படித்தான் இருக்குமோ?

கொதித் துளிகள் என் மேலும் பாதங்கள் மேலும் வீழ்ந்து புகைகின்றன.

"ஏன் அழுகிறாய்?" என்றுகூடக் கேட்கவில்லை. கண்களில் வினாக்கூட எழவில்லை. அப்போதே நானும் அவரைச் சூழும் மோனம் என்னைக் கவ்வுவதை உணர்கிறேன்.

சொல்லாமலே உணர்ந்து, கேளாமலே கண்டு, அறிந்ததையும் கண்டதையும் தன்னுள் அடக்கிய தவமோனம். பாட்டியின்

பரிவும் பணிவிடையும் மட்டுமல்ல, இவ்வுயிர் மோனமுமே அவள் தாலிச் சரடைத் திரித்திருக்கிறது.

இருந்தாற் போலிருந்து கிழவி தன் வயிற்றில் அறைந்து கொண்டாள்.

"இந்த வயிறா பெத்தது? இந்த வயிறா?? இந்த வயிறா???"

"ஏன்?" என்று கேட்கமாட்டார். ஆயினும், உதடுகள் அசைந்தனவோ?

"கேள்வி கேள்வியையே பெருக்கும்.

கேள்வியால் பயனென்ன?

கேள்விகள் எண்ணில; பதில் ஒன்றே.

கேள்வியையும் பதிலையும் விழுங்கிய

ஒரே பதில்;

அதுவும் கேள்வியும் பதிலுடன்

மூழ்கிப் போன மோன இருளில்

உருவெடுக்கும் ஒளியை ஏன் கலைக்கிறாள்?

ஏன் கலைக்கிறாள்?"

"நீங்கள் தடுத்தும் மீறிப் போனதுக்கு எனக்கு நன்னா வேணும். ஒரு பிள்ளையாய்ப் பெற்றதுக்கு மூக்கு நன்னா அறுத்தானய்யா! ஊம்? என்ன சொல்றேள்?"

"எத்தனை அறுத்தால்தான் என்ன,

மூக்கு முளைத்துக்கொண்டேதானிருக்கும்.

எத்தனை எத்தனை வாசனை,

அத்தனையும் எங்கு போகும்?"

சீறினாள். "நான் இப்போ சொல்றேன். நீங்கள் பார்த்துண்டே இருங்களேன். அவன் உருப்பட மாட்டான். சபிச்சுட்டு வந்துட்டேன்."

பஞ்சடைந்த கண்களில் "?" பிறந்தது. தானே வெறும் வரம்புக் கோடுகளாய்த் தேய்ந்து, தன்னின்று தன்னைக் கழற்றிக்கொண்டிருக்கும் அவ்வுடலினின்று தீனக் குரல் குகையினின்று அசரீரிபோல் கிளம்பிற்று.

"மூக்குக்கு முன் நாக்கையறு;

ருசிகண்ட நாக்கு, எச்சிற்பட்ட நாக்கு,

சதி செய்யும் நாக்கு."

கிழவி ஒரு கணம் குழம்பிப் போனாள். அப்போதுதான் அவளுக்கே தன்னைச் சூழந்த இருள் தன்னை அழுத்துவது தெரிந்தது. எழுந்து போய் சுவாமி பிறையில் துழாவினாள்.

இருளின் அந்தரத்தில் 'சுர்'ரெனச் சீறி தீச்சுடர் கிளைத் தெழுந்தது. அதை அவியாது காக்கும் அணைப்பில், குவிகரங் களிடை சுடர் சிவந்து பெரிதாகி, அவ்வேந்தலில் விளக்கண்டை நகர்ந்து நெருங்கியதும் தாவித் திரிமேல் ஏறிக்கொண்டது. ஒளியில் கூடம் மிதந்தது.

என்னைப் பிறப்பித்தாள் உன்னைப் பிறப்பித்தாள்.

ஆயின்,

நீ எனக்கு முன்னா பின்னா??

மீண்டும் அவரிடம் அவள் வந்தபோது அவர் எழுந்து உட்கார்ந்திருந்தார்.

"ஏதாவது ஆகாரம் பண்ணேளா? நான் இங்கிருந்த போதே முதல் ஜலபானம் பண்ணல்லே."

உதடுகள் அசைந்துகொண்டன. அவர் அவளைக் கண்ணெடுத்துக்கூடப் பார்க்கவில்லை. பார்வை தன்னுள் இறங்கிவிட்டது.

"வெறும் வயிறு பொல்லாதது; அறிவிலாதது;

விளக்கிலும் குச்சியிலும் அடக்கிய தீ உருப்பெடுத்தும்;

உருப்படும். தொப்புள் தீ எரி நாக்கு. ஊர்

கொளுத்தும் முன்னால் உன்னை அவி."

கிழவி ஏதோ வாயெடுத்தவள் தன்னை அடக்கிக் கொண்டாள். கொல்லைப்புறம் சென்று தலையைத் தாம்பில் பூட்டிக் கிணற்றுள் விட்டாள்.

ஜலம் மேல் பட்டதும் உடல் ஆவி கக்கிற்று. நெருப்பில் வதங்கிய இலைபோல் சுருண்டது. மேலும் மேலும் மொண்டு விட்டுக்கொண்டாள். முழுங்குகள் அள்ளியும் குடித்தாள்.

"அம்மாடி!"

முழங்கால்கள் கிடுகிடுத்தன. கிணற்றடியில் பிடிச்சுவர் மேல் முதுகு சாய்ந்து சரிந்து கிணற்றடியில் உட்கார்ந்துவிட்டாள்.

மேலிருந்து சிறுசிறு அருவிகள் வழிந்து ஓடின. உடல் வெப்பம் அடங்கி மண்டை குளிர்ந்ததும், காற்றின் இழைவில் நானும் என் ஜுரம் தணிந்து குளிர்ந்து தெளிந்தேன்.

நான் விருப்பு வெறுப்பற்ற வாக்கு.

என் ஜனிப்பே என் பொருள்.

சொல் செயலாவதன்றி "ஏன்? எதற்கு??

என்று???"

எனும் கலகங்கள் எனக்கில்லை.

3

இரவின் இருளில், நீந்தும் எல்லையற்ற ஜீவதாதுக்களுடன் நானும் மிதக்கிறேன்.

ஒரே சமயத்தில்:

மரங்களின் மூச்சிலும்,

ராட்டினத்திலிருந்து கிணற்று மேல் தொங்கும்

தாம்பின் அசைவிலும்,

கூடத்தில் குத்துவிளக்கின் சுடரின் தூங்கலிலும், ஜன்னலுக்கு வெளியே தழைத்த புங்கமரக் கிளைமேல் ஒண்டிய கருவண்டின் கூவலிலும்.

ஓரக் கொல்லையில் வாழையடிச் சலசலப்பிலும், வீட்டுக்கெதிரே ஃ என்ற மூன்று பனை நடுவே கட்டிய பொலிகாளை பூமிமேல் முகம் பதித்துச் சீறும் எக்காளத்திலும்,

இருளின் விசுவகர்ப்பத்தில், என் அருவத்தில்,

அருவருத்தின் ஸர்வத்தில்,

எங்கும் தங்கி – இருக்கிறேன்.

பகல் தெளிய இருளே சரி

உலகின் அவலம் எல்லாம் அசைவால்தான்.

கோளம் கோணிச் சாய்ந்து, தன்னைச் சுற்றி, கூட ஒளியையும் சுற்றி,

அதனால் –

ஒளியும் அதன் நிழலும்,

பகலும் இரவும், நாளும்.

நிமிடம் நிமிடத்தினின்று யுகம் வரை நீளும்

நேரம்.

இடையில் வாழ்வு, சாவு, கேள்வி, பதில், கனவு.

பொய், மெய், சோதனை, பயம், அவசரம், ஆயுள்,

தாபம், கோபம், சாபம், ஆசி,

நான்,

நீ.

உலகம் சலன மயம்.

பெரியவர் காலடியில் தலைப்பை விரித்துப் படுத்த கிழவிக்குத் தூக்கம் வரவில்லை. அடிக்கடி புரண்டாள். இடையிடை எழுந்து விளக்கொளியில் அவர் முகத்தைக் கூர்ந்து நோக்கினாள்.

கண்கள் மூடியிருந்தன. ஆயினும், உதடுகள் அசைந்தன. வாயினின்று வார்த்தைகள் வெளிப்பட்டுக் கொண்டிருந்தன. அவர் மார்மேல் செவிசாய்த்து ஒட்டுக்கேட்டாள்.

பகலெல்லாம் குகையில் உறங்கியபின் இரவில் இரைதேடப் புறப்பட்ட விலங்குபோல் ப்ரக்ஞை தன்னைத் தறியினின்று அவிழ்த்துக்கொண்டு எதையோ தேடிக்கொண்டிருந்தது.

மூடிய இமையோரங்களில் கண்ணீர் துளித்து விளக்கொளியில் பளபளத்தது. கிழவருக்கு மூச்சுத் திணறிற்று.

"அசடு, வேரை வெட்டிவிட்டாள்,

முட்டாள்!

விட்ட வித்தைத் துளிர்க்கவிடாது

மேய்ந்து விட்டாளே!...

வாய்க் கோடாரி வேரில் பாய்ந்துவிட்டதே!"

....

புருவங்கள் சுளித்தன.
"நாசினி, நீ அவனை அழிக்கவில்லை; என்னை அழித்தாய்.
என்னை மட்டுமல்ல, எனக்கு முன்னோனை அழித்தாய்.
வர்க்கத்தையே அழித்துவிட்டாய்."

....

"பிள்ளைகளைவிடப் பேரன்களே அவசியம்,
ஒரே இழையின் ஓட்டம்.
தலையினின்று கடைவரை
தலைமுறையின் முதல்வனே
மீண்டும் மீண்டும் தோன்றிட
வர்க்கம் வளர்க்கிறான்.
நான் என் பாட்டன்;
என் பேரன் நான்."

....

"உயிர் அழிவற்றது. தன் உச்சரிப்புக்குத் தானே
திரும்பத் திரும்ப
உருவைத் தேடுகிறது.
திரும்பத் திரும்ப
உச்சரணையே உயிரின் ஆதாரம்.
திரும்பத் திரும்ப
உருவே தொடர்பின் ஆதாரம்.
திரும்பத் திரும்ப
தொடர்பே முயற்சியின் ஆதாரம்.
திரும்பத் திரும்ப
முயற்சியே விமோசனத்தின் ஆதாரம்.
திரும்பத் திரும்ப
திரும்பத் திரும்ப.........
............"

"தொடர்பை வெட்டி, விமோசனத்தை அழித்து விட்டாயே! உயிரின் கொள்கைக்கே துரோகமிழைத்தாயே!

மகனின் தவறினும் கொடிய பாவம் செய்தாயே!"

தலை மேல் கை வைத்தபடி கிழவி வாசற்படியில் உட்கார்ந்துவிட்டாள்.

வேளை ஏறிக்கொண்டே போயிற்று.

தலைமேல் வைத்த கை எடுக்கவில்லை.

இருந்த இடம் விட்டு நகரவில்லை.

படுக்கையிலும் எந்த அசைவுமில்லை.

திறந்த வாய் திறந்தபடி

இரவில் தன்னைத் தேடிச் சென்ற ப்ரக்ஞை

குஹைக்குத் திரும்பவில்லை.

மறந்ததோ?

.... மறுத்துவிட்டதோ?

பனைகள் நடுவே கட்டிய பொலிகாளை தரைமேல் தலை தாழ்த்தி வெதும்பிச் சினத்தது. வாயோரம் நுரை ஒதுங்கிக் காற்றில் அலைந்து உதிர்ந்தது.

4

தப்பிச்சென்ற ப்ரக்ஞையிலும் தங்கிய நான் அதன் பிடரியைப்பற்றி, அதன் மேல் ஏறி, அதன் தொடர்பு நோக்கி, அது வழி சென்றேன். கிழவரின் உயிர்மூச்சு, தூரம் கடந்து அவர் மகனை அடைந்தது. முன் குறியான சதையாட்டத்தில் அவன் படுக்கையில் புரண்டு அசைந்தான். அவன் பக்கலில் போர்த்தியிருந்த மேட்டின் மேல் இறங்கினேன். என் கீழ் ஒரு உயிர் குலுங்கிற்று. நான் இறங்கியது கர்ப்பமேடு என்றறிந்தேன்.

"எழு! மகனே, எழு, எழு!"

மோனத்தின் உச்சத்தில் தகப்பனின் உயிர் மூச்சு அவனை ஊடுருவி அலறிற்று. 'திக்'கென எழுந்தான்.

அவன் முனகினான்.

"என்ன?"

அவள் எழ முயன்றாள். முன் பாரம் பின் தள்ளிற்று.

"என்ன பண்ணுகிறது?"

"தூக்கம் இல்லை. வயிற்றுக் கனம் இறங்கும் வரை, இனிமேல் இப்படித்தான். நீங்கள் ஏன் இன்னும் விழித்துக் கொண்டிருக்கிறீர்கள்?"

பதில் உடனே வரவில்லை. கைகளை மடிமேல் கோர்த்தபடி விடிவிளக்கில் சுடல் தட்டிய திரியைக் கவனித்துக்கொண்டி ருந்தான். பிறகு மெதுவாய் தாழ்ந்த குரலில்:

"எல்லாம் உன்னால், உனக்காகத்தான் என்று வைத்துக் கொள்ளேன்!"

"அதுக்காக? அழுதாலும் பிள்ளையை நான்தானே பெறணும்? இல்லை, என் சுமையை நீங்கள் வாங்கிக்கொள்ளப்போகிறீர்களா?"

"என்னை மன்னித்துவிடு." குரல் இன்னும் தாழ்ந்தது.

"ஓஹோ, இது எந்த வைராக்கியம்?"

"எதுவாயிருந்தாலும் சரி, மன்னித்துவிடு."

"அப்படியானால், எத்தனை முறை மன்னிக்கணும் தெரியுமோ?"

விரல் நுனிகளால் அவன் கன்னத்தைத் தொட்டாள்.

"மன்னிக்கணுமானால் இன்னும் எவ்வளவு மன்னிக் கணுமோ? ரொம்பவும் அழுந்த வாரிக் கொள்ளாதேயுங்கள். நெற்றி அகன்றுகொண்டே போகிறது. இந்த ரீதியில், கொஞ்ச நாளில் மண்டையென்றே இருக்காது. எல்லாம் நெற்றிமயமாய் ஆகிவிடும்."

அவன் எதிரே கண்ணாடியில் பார்த்துக்கொண்டே ஜாக்கிரதையாய் விரல் நகத்தால் வகிடைக் கீறிக்கொண்டான்.

"என்ன செய்வது? நேரம் நாம் சந்தித்த சமயத்திலேயே நிற்கமாட்டேன் என்கிறதே?"

"மன்னிச்சுக்கோங்கோ."

"எதுக்கு?"

"இந்தமாதிரி கேலி பண்ணுகிறேனே. அதுக்குத்தான்."

அவன் கண்ணாடியை நெருங்கி, முன் மண்டையில் படர்ந்துவரும் வழுக்கையைக் குனிந்து பார்த்துக்கொண்டான்.

அவள் கட்டிலில் முழங்கால்களைக் கட்டிக்கொண்டு உட்கார்ந்தபடியே,

"எதிலாவது அர்த்தமிருக்கிறதோ?" என்றாள்.

அவன் புருவங்கள் வினாவில் உயர்ந்து நெறிந்தன. கரடி மயிர்ப் புருவங்கள்.

"எதிலுமேதான்! நான் கேலி பண்ணுவது, நீங்கள் என்னை மன்னிப்புக் கேட்பது, நான் உங்களை மன்னிப்புக் கேட்பது, நாம் ஒருவரையொருவர் மன்னித்துக்கொள்வது – எதிலுமேதான்."

அவன் பதில் பேசவில்லை. அவன் கேள்வி நச்சரித்தது. அதில் நான் தங்கி, அதன் கொக்கியின் விளம்பலுள் அவனை வளைத்துச் சுற்றிச் சூழ்ந்தேன்.

"அடே, உனக்கு ஆண் குழந்தை பிறக்காது;

பிறந்தாலும் தக்காது."

இதில் அர்த்தமிருக்கிறதோ?

இவள் இப்பவோ எப்பவோ, வேளையை எதிர்பார்க்கிறாள்.

இந்த சமயத்தில் இதில் அர்த்தமிருக்கிறதோ?

"என்ன திடீர்னு யோசனை?"

அவன் சற்றுத் தயங்கி, "பண்ணும் யோசனையெல்லாம் பங்காகிவிடணுமோ?"

"உங்களிஷ்டம். நான் கர்ப்பிணி."

அவளிடம் வந்து உட்கார்ந்தான். "என்ன புதிரோ?"

"புதிர் என்ன? நான் கர்ப்பிணி என்பது புதிரா? ஒவ்வொரு பிரசவமும் ஒரு புதுப் பிறப்புத்தானே! இப்படியோ, அப்படியோ, எப்படியோ, மீண்டும், மீண்டும் சுமை தாங்கிக் கொண்டுதானிருக்கிறேன். அர்த்தமிருக்கிறதோ?"

"என்னை மன்னித்துவிடு."

கடகடவெனச் சிரித்தாள். அவள் முகம் ஒளி வீசிற்று.

"இதைக் கவனிச்சேளோ? ஒரே வார்த்தை முந்திரிக் கொட்டைபோல் திரும்பத் திரும்ப முளைக்கும் வேடிக்கை! நான் சொல்வது புரிகிறதோ?"

அவன் கையை எடுத்துத் தன் கைகளுள் பொத்திக் கொண்டான்.

அவள் உற்சாகத்தின் முறுக்கு தளர்ந்தது. உடனே அசதி மேலிட்டது. தலையணைமேல் சாய்ந்தாள். கண்கள் சந்தித்தன.

"எதில் அர்த்தமிருக்கிறதோ, இல்லையோ, உங்களுக்குக் கண்கள் அழகு; உங்கள் அம்மாவைக் கொண்டு இருக்கிறீர்கள்."

'அம்மா' என்றதுமே அவன் உடல் 'விர்ர்ர்'ரை அவன் உள்ளங்கைகளிடைத் தன் கையில் உணர்ந்தாள். கண்டு கொள்ளாததுபோல், தொடர்ந்து,

"ஆனால், அந்தக் கண்கள் இப்போ குழம்பியிருக்கின்றன" என்றாள்.

திடீரென அவள் முகம் அவனை நெருங்கிற்று, அவள் மூச்சு அவன் முகத்தில் வீசுகையில் தலை லேசாய்ச் சுற்றியது.

"என்ன யோசனை? இப்போ அம்மாவைப் பற்றித்தானே நினைக்கிறீர்கள்?"

"................."

"உம்... உம்... அம்மாவைப் பற்றித்தானே?"

அவன் பேசவில்லை. ஆனால், தன்னை அடக்கிக்கொள்ள முடியவில்லை. எழுந்து, பின்னால் கைகட்டிக் கொண்டு அறையில் முன்னும் பின்னும் உலாவத் தலைப்பட்டான்.

"நீங்கள் அவரிடம் அவ்வளவு கடுமையாயிருந்திருக்க வேண்டாம்."

அவன் மேல், நகத்தால் பிறாண்டுவதுபோல் அவள் குரல் முனகல் குற்றஞ் சாட்டிற்று.

"................"

"ஏன், இப்படி உங்களுக்கு வாயில் விஷம் தெறிக்கிறதோ? எல்லோரும் என்மாதிரி, நீங்கள் சொல்வதையெல்லாம் கேட்டுக்கொண்டிருக்கவேண்டும் என்று தலையெழுத்தோ? அதான் அவர் திருப்பிக் கொடுத்ததை வாங்கிக் கட்டிக் கொண்டு, 'திருதிரு'ன்னு முழிக்கறேள்!"

"உன்னைக் கேட்கவில்லை." அவன் கண்கள் அனல் கக்கின.

"அதுசரி, என்னைக் கேட்பானேன்? நீங்களே எல்லாம் தெரிஞ்சவராய் இருங்களேன்! கண்ணெதிரில் காலடியில்,

பாராங்கல்லில் தடுக்கி விழுந்து, உங்களுக்குச் சமானம் யாரு மில்லையென்று மீசையைத் தட்டிக்கொண்டு எழுந்திருங் களேன். முப்பது லக்ஷண மஹாபுருஷன்...”

சீற்றம் மண்டைக்கேறிற்று, பல்லைக் கடித்துக்கொண்டு கையை ஓங்கினான். அவன் முகத்தில் அவள் சிரிப்பு பீச்சியடித்தது. தன் குரலைக் கேலியில் ‘க்றீச்’சாய் மாற்றிவைத்துக்கொண்டு கொக்கரித்தாள்.

“என்னை மன்னித்துவிடு.”

அவன் வேகம் குலைந்து பின்னடைந்து திரும்பி வெளியே ஓடினான். வாசற்படியில் மண்டை மோதிற்று. கிர்ர்ர்...

அந்தச் சுழிப்பிலும் அவள் சிரிப்பு நெஞ்சில் கிளர்ந்த எதிரொலிகள் அவனைத் துரத்தின. அவைகளிடமிருந்து தப்ப ஓடினான். இடித்த இடத்தில் அவள் எதிரில் கையை வைத்து அமுக்கிக்கொள்ளத் தைரியமில்லை.

அவன் ஓடிக்கொண்டிருந்தான்.

வாசல் அறையில் உட்கார்ந்திருந்தான் – நெற்றி முளைப்பை இன்னும் தடவியபடி.

தன் வெற்றியின் முழுமையை அவள் நன்கு அறிவாள். இம்மாதிரி எத்தனை கோபங்கள், சண்டைகள் – வாய் மாத்திரம் அல்ல; கைமிஞ்சல்கூட – ஆனால், அவைகளேதாம் அவள் வெற்றியின் சின்னங்கள்.

அவள் வெற்றியின் முழுமையை அவன் நன்கு அறிவான். இம்மாதிரி எத்தனை கோபங்கள், சண்டைகள் – வாய் மாத்திரம் அல்ல; கைமிஞ்சல்கூட – ஆனால், அவைகளேதாம் அவன் தோல்வியின் ருசுக்கள்.

எனக்கும் அவளுக்கும் ஒவ்வவில்லை. எனக்கு முன் கோபம்; அவளுக்கு வாய்த்துடுக்கு; எங்களுக்கு ஒவ்வவில்லை. இளமை வெற்றியில் மனம் மறுத்துவிட்டாலும், இப்பொழுது உண்மையை ஒப்புக்கொள்ளத்தான் வேண்டியிருக்கிறது. ஆனால் வழி?

எப்பவுந்தான் வழி?

சீ – இனிமேல் – இவளுடன் – நான் மனுஷனானால் –

இதுவரை இம்மாதிரி எத்தனை சபதங்கள்!

ஆனால், ஒவ்வொரு முறையும்...

"கோவமா? ஏதேது ரொம்ப ரொம்ப கோவமாக்கும்! டேப்பா, தாங்க முடியாது போல் இருக்கே, முடியுமோ? ஏ புவனா, வாசல்லே விளையாடப் போகல்லே? போ போ..."

அவள் கைகள் அவன் கழுத்தை வளைத்துக்கொள்கையில், மார்மேல் மார்பு அழுந்தித் திணறுகையில், அவள் தொண்டையிலிருந்து புறா முனகல் வெளிப்படுகையில், இருவர் மூச்சும் திணறுகையில், காலடியில் தண் பறிக்கும் மண்போல் சபதங்கள் சரிவதை, கற்பு அழிக்கப்படுவதை உணருகையில், ராசி ஆகுகையிலேயே அதில் மிளிரும் ஏளனம் மானத்தைத் துருவிற்று.

இரண்டு குறைப் பிரசவங்களுக்குப்பின் புவனா. புவனா வுக்குப்பின் மீனு.

அவளிடம் ஒரு மிருக ஆரோக்கியம் இருந்தது. இப்பொழுது, என்ன பிறக்குமோ தெரியணும்.

"அடே உனக்கு ஆண் குழந்தை பிறக்காது;

பிறந்தாலும் தக்காது."

ஹும் – நளாயினி! விடியாது போலும்!

ஆனால், இன்று பொழுது விடிந்துகொண்டுதானிருக்கிறது. ஆனால், அழுதுகொண்டே விடிகின்றது. உற்சாகமில்லை. கிழக்கு, நீர்த்த சாம்பல் மாதிரியிருக்கிறது. என் நீர்ப்பா? விடிவின் நீர்ப்பா?

தைரியம், உற்சாகம் – நாம் இயங்க நமக்கு நாமே ஊட்டிக் கொள்ளும் போதைகள்தானோ? இவைகளை நம்பி இவை களில் இயங்கி, எதற்காகக் காத்திருக்கிறோம்?

மெட்டி ஒலிக்கிறது, வழக்கத்தைவிட கெட்டியாய். நிறைகனம் அழுத்துவதாலோ? இல்லை, வேணுமென்றேயா?

தன் வெற்றியை மீண்டும் ஸ்தாபிக்க வருகிறாள்.

நூலில் சுருக்கிட்ட கருவண்டுடன் போல் தன்னிச்சைப்படி என்னுடன் விளையாட வருகிறாள். மாடி வளையில் கையில் காப்பி டம்பளருடன் என்னைக் கவனித்துக்கொண்டு நிற்கிறாள். சில்லென்று ஒரு தினுசான பயம் நெஞ்சைக் கவ்வுகிறது.

"ஸார், தந்தி!"

உடல் வெலவெலத்தது, உறையைக் கிழித்து, உள்காகிதத்தை எடுத்து அதன் மேல் கண் ஓடுவதற்குள், காகிதம், நடுங்கும் விரல்களிடை நூறு குதி குதித்தது.

“தடால்” என்று சப்தம் கேட்டுத் திடுக்கிட்டுத் திரும்பினான். கை நழுவிய காப்பி டம்ளர், படிக்குப்படி ‘டிங்’ ‘டிங்’ எனத் தெறித்து உருண்டு இறங்கிக்கொண்டிருந்தது.

அவள் படியடியில் வயிற்றை இரு கைகளாலும் பிடித்துக் கொண்டு விழுந்துகிடந்தாள். அவள் நெற்றி வேர்வை முத்திட்டது. இடுப்பின்மேல் உடல் திருகிட்டது. மேல் உதடு மடிந்து தத்திப் பற்கள் இரண்டும் வெளித்தெரிந்தன.

அதிர்ஷ்டப் பற்கள்!

“வண்டி! வண்டி!! Oh God !!!”

5

அம்மா கிணற்றடியில் நின்றிருந்தாள். அவனைப் பார்க்க வில்லை. நாட்டம் வாழைக் கன்றின் மேல். நேற்று முழு நீளம் கண்டிருந்த குருத்தை இன்று காணோம். வீட்டுக்குப் பின்புறம் இடையன் குடிசையிலிருந்து வேலி தாண்டும் ஆட்டின் வேலைதான்; சந்தேகமா?

அவன் சொல்வதையும் செவி வாங்கிக்கொண்டிருந்தது.

“அதுக்குள்ளேயும் அவசரமா?”

கிழவி கணீரெனச் சிரித்தாள்.

“அதுக்குள்ளேயும்னா எனக்கு அர்த்தம் புரியவில்லை. தந்தி கொடுத்து இன்னிக்கு மூணாம் நாள் வந்து முளைச்சிருக்கே. எத்தனை நாளைக்கு வைத்திருக்க வேணும் என்று உன் எண்ணம், சொல்லேன். அதையும்தான் தெரிஞ்சுக்கறேன். அக்ரஹாரத்தில் அடுப்பு மூட்டியாகணும்; கோவிலில் பூஜை நடந்தாகணும். இதென்ன பட்டணம்னு பார்த்தயா? இஷ்டப்படி சவத்தை கிடங்கில் வாடகைக்கு அடுக்கிவிட்டு, டிபன், சாப்பாடு, சினிமா, வம்பு, வாரம் ஆகி, நினைப்பு வந்தப்போ திரும்ப வாங்கிக்க!”

சொடேர்! சொடேர்!

வார்த்தைகளின் சொடுக்குகள் கழுத்திலும் முதுகிலும் வீறு வீறாய் விழும் வேதனை பொறுக்காது கைகளால் தன்னை இறுகத் தழுவிக்கொண்டான்

"ஸ்ரீமதிக்கு உடம்பு மாபாரதமாய் வந்துவிட்டது. மாடி யிலிருந்து இசைகேடாய் விழுந்து சிசு வயிற்றிலேயே செத்துப் போச்சு. ஆவீன மழை பொழிய என்றிருந்தால், எது முன்னால், எது பின்னால்?"

அப்போதுதான் உள்ளங்காலில் தைத்த நெருஞ்சி முள்ளை கிழவி வெடுக்கெனப் பிடுங்கித் தூர எறிந்தாள்.

"என்ன குழந்தை?"

"ஆண்."

கரைந்துகொண்டே வரும் அந்தி மசியில், குழந்தை முகம் தாம்புக் கயிற்றின் சுருக்குள் அந்த வளையத்துக்குச் சரியாய்ப் பளீரெனத் தோன்றித் தொங்கிற்று. கதுப்பு மாம்பழம் கடித்துத் தின்னலாம் போன்ற செவேல் முகம். நெற்றி மேல் கறுகறுவென மயிர் வழிந்தது. நெற்றிப் பொட்டில் ஆயுதம் அழுந்தி ஒரு நசுங்கல். இரு கன்னங்களிலும் சிராய்ப்புகள். அவன் கைகளில் குழந்தையின் உடல், குழியிலிடுமுன் இளநுங்குபோல் தளதள வெனத் துவளுகையில் அரையிமை கீழ் பிம்பமாடாத கருவிழிகள் பளீரிடுகையில்,

என் மகனே, நீ செத்துத்தான் போய்விட்டாயா?

அல்லது, எல்லாரும் சொன்னதால் ஏமாந்து

உன்னை உயிரோடு புதைத்துவிட்டேனா?

ஒரு பெருங் கேவல் அவன் உடலைக் குலுக்கிற்று. அதன் சப்தத்தில் அவனே மிரண்டான்.

இச்சமயம்தான் மனம், ஆதரவு அனுதாபம் யாரிடமிருந்து வரினும் சரியென நாடிற்று. ஆயினும் இவளிடம் எப்படி எதிர் பார்ப்பது? ஒருவேளை அப்பாவின் முகத்தில் முகமுழி கிட்டி யிருந்தால் கிடைத்திருக்குமோ? எது சாக்கிலோ நெஞ்சு மடை யுடைந்திடில், தன்னைப் பெற்றோனுக்குக் கொள்ளியிடும்போது நேரும் உடல் குலுங்கலில், தான் பெற்றதைப் புதைத்த துக்கம் வெளிப்பட்டுச் செலவாக ஒரு வழி கிட்டிடின்–

திக்கற்ற சோகத்தின் கோபம் மூண்டது.

"வேணுமென்றால் வேரிலும் காய்க்கும். நிறுத்தி வைக்க வேணுமென்றிருந்தால் முடியாதா என்ன?" என்றான்.

"என்னவோ அப்பா, நீ படிச்சவன், உனக்கு அப்படித் தோணலாம். அவரவர் மனசுக்குத் தக்கபடி, குற்றமுள்ள நெஞ்சின் குறுகுறுப்புக்குத் தக்கபடி. என்னவோ நான் இட்ட கொள்ளியிலும் உடல் வேகாமல் இல்லை. இதிலும் ஒரு நியாயம் இருக்குன்னுதான் கொள்ளேன். எல்லாப் பணிவிடையும் என் கையாலேயே செய்தபின் இந்தக் கடைசிக் கடனும் என் கையாலேயே இருந்துவிட்டுப் போகட்டுமே! இந்தக் கொடுமையும் உங்களுக்கு வேண்டாம் என்று யாராரோ முன் வந்தார்கள். நான் விடவில்லை. அவர் உடலைப் பிறத்தியாருக்கு ஏன் காட்டிக் கொடுக்கணும்? என்ன சொல்கிறாய்? பாக்கி சடங்குகள் எவ்வளவு இல்லை! எல்லாமே இனி நீதானே, இஷ்டப்படி செய்துக்கோயேன்!"

அவள் குரல் கம்மிற்றா? அல்லது இருளின் ஏமாற்றலா?

"நான் பிறந்து வளர்ந்த வழியே வேறு, எனக்கு வாய்ப்பவன் கறுப்பா? சிவப்பா? அழகா? அவலக்ஷணமா? அசடா? சமத்தா?? என்றெல்லாம் ருசியறிய என் பிறந்த வீட்டில் எனக்குச் சொல்லிக் கொடுக்கவில்லை. வாசல் திண்ணையில் நின்றுகொண்டு, 'அதோ போறானே, அவனுடைய வங்கிமயிர், இதோ வரானே இவன் கூர்மூக்கு, எதிர் சோடாக் கடையில் நின்று வெற்றிலை போட்டுக்கொள்கிறானே, அவன் உதட்டுச் சிவப்பு, ஜோர் உடை என் ஆம்படையானுக்கு இருந்தால் எவ்வளவு நன்றாயிருக்கும்?' என்று பொறுத்திவைத்துப் பார்த்து ஏங்க எனக்குத் தெரியாது. வாய்த்தவன் கணவன், அவன் உடல்நலம் என் சுயநலம். இதுதான் எனக்குச் சொல்லிக் கொடுத்தது. இதுதான் எனக்குத் தெரியும். சொல்லிக் கொடுத்தபடி, எனக்குத் தெரிஞ்சவரை, முடிஞ்சவரை அந்த உடலை போஷிச்சு, ஆதரிச்சு, கடைசியில் என் கையாலேயே பொசுக்கியுமாச்சு. ஏதோ இருக்கும் வரை, என் யத்தனத்தில் என்ன முடியுமோ அவ்வளவுதான். அதற்கு மேல் எனக்கு வேண்டவும் வேண்டாம். அவர் இல்லையேன்னு உடன்கட்டை ஏறிவிட்டேனோ? இல்லை, ஒரு கவளம் சோறு குறையப் போறதா? ஆகையால் மற்ற நியாயம், சாஸ்திரம் எல்லாம் அறிஞ்சவாள் அதன்படி அவர்கள் நடந்து கொள்ளட்டும், அதைப் பற்றி இனிமேல் எனக்கென்ன?"

அம்மாவுக்கு சரியாய்த் தர்க்கம் பண்ண முடியாது. பண்ணினால் மொட்டைத் தலைக்கும் முழங்காலுக்கும் முடிச்சுத்தான் மிச்சம். பெருமூச்செறிந்தான்.

"சரி அம்மா, கிளம்பு."

அவள் முகம் அவன் பக்கம் திரும்பிற்று.

"எங்கே?"

"என்னோடுதான். இனித் தனியாய் இங்கென்ன?"

அவள் சிரிப்பு இருளை இரு கூறாய் வெட்டியது.

"ஏனம்மா சிரிக்கிறாய்?"

"இவ்வளவு வேடிக்கையாய் உனக்குப் பேச வருமா என்ன? எனக்கு இங்கே என்ன இல்லை? வீடு இல்லையா? வாசல் இல்லையா? வாழைக் கன்று இல்லையா? அதைத் தின்னாமல் விரட்டப் பக்கத்துக் குடிசை ஆடு இல்லையா? ஊர் ஓரம் ஆற அமர அமிழ்ந்து குளிக்க ஓடும் ஜலம் இல்லையா? உடலில் காற்றாட இந்த ஆகாசமில்லையா? ஏன், இருவேளைச் சோற்றுக்குக் குதிரில் நெல் இல்லையா? எனக்கு என்ன இல்லை, நீ இனிமேல் இட்டு நிரப்ப?"

"அதுக்கில்லையம்மா..."

"எதுக்கில்லை?"

"அதுக்கில்லையம்மா..."

"எது இல்லையானாலும் சரி, இருந்தாலும் சரி, இங்கிருந்து எங்கும் கிளம்பமாட்டேன் ஆமாம், கண்டிப்பாய்த் தீர்த்துச் சொல்லிட்டேன். இந்த வீட்டுள் அஞ்சு வயசில் வந்தேன். இதுவரை இங்கிருந்தாச்சு. இனிமேலும் இங்கேதான். எங்கள் மாதிரி கிழம் கட்டைகளுக்கெல்லாம் இனிமேல் இன்னொரு இடம் என்று கிடையாது. அந்தந்த இடத்துக்குத் தக்கபடி வேஷம் போட்டு நடிக்கிற வயசு இனி இல்லை. என்னைத் திருத்தவோ மாற்றவோ யாரும் ஆசைப்பட வேண்டாம்."

"நான் அதுமாதிரி ஆசைப்படவும் இல்லை, ஒன்றும் சொல்லவும் இல்லை."

"நீ சொல்லாவிட்டால் நான் சொல்கிறேன், போயேன்!"

கடித்த பற்களிடை வார்த்தைகள் சீறின. "இனிமேல் நானே என்னை மாற்றிக்கொள்ள முடியாது, போயேன்!"

"பொம்மனாட்டி தனியாய்..."

"என் வயசில் நான் பொம்மனாட்டிகூட இல்லை போயேன்!"

மறுபடியும் திகிலின் அடிப்படையில் மூண்ட அந்தக் கோபம் அவன் நெஞ்சில் தலை காட்டிற்று.

"உன்னோடு பேசி மீளமுடியாது. சரி, உன்னிஷ்டம். ஆயிரம் வேலைகள் எனக்குக் காத்திருக்கின்றன."

"அதுதான் சரி. மேல் காரியம் நடந்துகொண்டேயிருக்கணும். என் ஆம்புடையான் சடலம் நீ வரும்வரை ஏன் காத்திருக்கவில்லை, இப்போ புரிஞ்சுண்டையோ?"

(எல்லாம் புரிந்தாகிவிட்டது. உன்னைப் பற்றிப் புரிந்து கொள்ள இனி பாக்கியில்லை. நீ ஒரு ராக்ஷஸி, உன் வயிற்றில் பிறந்த நான் ஒரு ராக்ஷஸன். எனக்கு வாய்த்தவள் ஒரு ராக்ஷஸி. எங்களுக்குப் பிறந்தது – இல்லை).

பாலமுருகன் போன்ற அம்முகம் மறுபடியும் நினைவில் எழுகையில் உள்ளம் நெகிழ்ந்து முருகனா? முரளியா?

"சரி நான் வரேன். நீ வரவில்லையென்றால் இன்னிரா வண்டிக்கே கிளம்பியாகணும்." அவள் கிணற்றுள் எட்டிப் பார்த்துக்கொண்டிருந்தாள். முகத்தின் கீழிருந்து குரல் வந்தது, எதிலும் ஒட்டாமல்.

"ஸ்ரீமதி உடம்பை சரியாய்க் கவனித்துக்கொள்."

கேலி பண்ணுகிறாளா?

6

பையல் பருவத்து விளையாட்டில் அவனும் அவன் கூட்டாளிகளும் கிராமத்தில் ஒரு சமயம் ஒரு நல்ல பாம்பை அடித்துக் கொன்றார்கள். உடனே பக்தியாய் அதற்குத் தகனமும் நடந்தது. அதன்மேல் அடுக்கிய எருமுட்டை விள்ளல்களடியிலிருந்து ஜ்வாலைகள் கிளம்பியதும் பாம்பின் வால் நெளிந்து சுழன்றது. அது, நெருப்பில், சடலத்தின் அசைவு எனத் தெளிந்தும், பாம்பு உயிருடன் வதங்குவது போல் அத்தோற்றம் அவ்வளவு உயிராயிருந்தது.

இப்போது ரயிலில் போய்க்கொண்டிருக்கையில் அவனுக்கு அப்படித்தானிருந்தது. அம்மாவின் வார்த்தைகள், அவன்மேல்

தணல்மூடி, அவன் நடுவே வெந்தான். இந்த வயதில் அம்மாவுக்கு எவ்வளவு ஆத்திரம், அலக்ஷியம், ஆளைத் தூக்கி எறியும் பேச்சு!

ஆனால், அவள் பிறந்த வீட்டுக்கே வணங்காமுடிக் கூட்டம் என்று பெயர். அவள் முன்னோரில் யாரோ பீதாம்பர வித்தையில் பேர் போனவராம். பல்லக்கு, விருது முதல் உண்டு. பல்லக்கின் பின் தண்டை மாத்திரம் பணியாட்கள் தூக்கிச் செல்ல, முன் தண்டு தானே காலியாய் முன்னேறுமாம்! ஏனெனில் பேய்கள் தாங்கிச் சென்றனவாம். ஆனால் காலத்தின் போக்கில், பின் வந்தவர்களின் வளமும் வாழ்வும் தேய்ந்து, வீட்டில் பகல் பட்டினியே வந்துவிட்டது. அப்பவும் வீறாப்புக்கு மாத்திரம் குறைவில்லை. வயிறு முதுகை ஒட்டும். ஆனால் விருந்து சாப்பிட்டு வந்தாற்போல் ஆண்களின் நெற்றியில் சந்தனக் கீற்று துலங்கும். கால்மேல் கால் போட்டுக் காலை ஆட்டிக்கொண்டு, "அவன் என்னத்தைச் செய்துவிட்டான்? இவன் என்னத்தைக் கிழித்துவிட்டான்?" என்று எல்லோரையும் பழித்துப் பேசிக்கொண்டிருப்பார்கள்.

அவ்வழி வந்தவள் அம்மா. பின் எப்படியிருப்பாள்?

நேரம் ஆக ஆக, தன் இடம் நெருங்க நெருங்க, தன் நினைவும் சொந்தச் சூழ்நிலையின் கவலைகளும் மறுபடியும் சூழ ஆரம்பித்துவிட்டன. ஸ்ரீமதி என்ன செய்கிறாளோ? ஏன், இப்போது அவளைப் பிரிந்து வந்ததுகூட அவளுக்குத் தெரியாது. தன் குழந்தையின் கதியும் அறியாள். இன்னும் மயக்கம் தெளிய வில்லை. புதுக் கவலைகளுக்கிடமாய் ஒன்றும் இருக்காதே? பகவானே, ஒன்றும் இல்லாமல் இருக்கணும் –

"ஓம் த்ரியம்பகம் யஜாமஹே...."

தானே உள்ளிருந்து நாக்கில் எழுகிறது. எப்பவோ பள்ளிக் கூடத்தில் பயின்றது. அர்த்தம்கூடத் தெரியாது. (எதில்தான் அர்த்தமிருக்கிறது? இந்த வார்த்தையும் எங்கோ கேட்டாற் போலிருக்கிறது.) நாக்கில் புரள்கிறது. தான் தேடாமல் தானே வந்தடைகிறது. நம்பிக்கையிருக்கிறதோ இல்லையோ, அர்த்தம் தெரிகிறதோ இல்லையோ, நாமத்தின் உச்சரிப்பு–அதன் தேவையை மறுக்க முடியுமோ? பேயோ, சுவாமியோ, ஏதோ ஒன்று; எதுவாயிருந்தாலும் சரி – எல்லாம் சுவாமிதான். தர்க்க ரீதியில் தன்னைத் திடீரென வந்தடைந்த முடிவு அவனுக்கே வியப்பாயிருந்தது. இதுதான் நம்பிக்கையின் குரலா?

அம்மாவிடம் சுலபமாய் மூன்று வார்த்தைகளில் சொல்லி விட்டாலும் ஸ்ரீமதியின் பிள்ளைப்பேறு அவ்வளவு சுலபமாயிருந்ததோ?

இருப்புக்கொள்ளாமல் வாசலில் அலைந்து கொண்டிருக்கையில், டாக்டர் பிரசவ அறையிலிருந்து வெளி வந்து அவன் தோளைத் தொட்டுத் தன் அறைக்கு அழைத்துச் சென்றார்.

"மிஸ்டர், உங்கள் மனைவியின் நிலைமை கவலைக்கிடமாயிருக்கிறது. குழந்தை இடம் பிசகியிருக்கிறது. ஆயுதப் பிரயோகமில்லாமல் முடியாது. I don't want to take chances. இன்னும் பத்து நிமிஷங்களில் ஆபரேஷன் நடந்தாகணும். தியேட்டருக்கு எடுத்துப் போக ஏற்பாடுகளுக்கு உத்தரவிட்டிருக்கிறேன். இதோ இந்த பாரங்களில் கையெழுத்துப் போடுங்கள். Quick please, time is running out!"

கடுகடுப்பும் துரிதமும் டாக்டரின் கவசங்கள்.

யுகங்கள் போன்ற இரண்டு மணி நேரம் கழித்து வெள்ளைத் துணியில் மூடிய ஒரு உருவை அணைத்துக்கொண்டு நர்ஸ் வெளியே வந்தாள். அவளைக் கண்டதும் எழுந்து நின்றான், தன் முகத்தின் வெளிரை அறியான். ஆயினும், அவள் முகத்தில் குழுமிய ரத்தச் சிவப்பைக் காணமுடியும் அல்லவா?

"Your child? Such a darling of a child! And such a pity!! Isn't it? I am sorry for you - Oh no, you shouldn't! It is against the rules"-

சொல்லிக்கொண்டே விர்ரென்று சென்றுவிட்டாள்.

மகனே, இது உன்னைக் கொலையன்றி வேறென்ன? பெரிய உயிருக்குச் சின்ன உயிரின் பலி. அதுவும் என் அனுமதியுடன். அறிந்து தெரிந்து சட்டரீதியாகப் புரியும் கொலை. என் வார்த்தை, இன்னொருவன் கை. இதில் என்ன வித்தியாசம்? நான்தான் உன்னுடைய எமன்!

முகத்தைக் கைகளுள் புதைத்துக்கொண்டான். உடல் குலுங்கிற்று.

ரயில் நிதானமாய்த் தாளம் போட்டுக்கொண்டு வேகமாய் ஓடிக்கொண்டிருந்தது.

என் பொருளைத் தாங்கும் சொல்லில் நான் தோன்றி விட்டதால் அப்பொருளில் இயங்குதல் என் வினை.

என் பொருளை வெளிப்படுத்திக்கொண்டு, அவன் மூடிய கண்ணுள்ளோ, நினைவிலோ தோன்றுவது என் வினை.

என் தோன்றலில் அவன் வதைபடல் என் வினை.

"ஏன்? எதற்கு? மாட்டேன்" என்பதெல்லாம் எனக்கல்ல. என்னுடைய சமயங்களில் என்னுடைய பொருளில், வெளியின் அசரீரக் கவலையினின்று நான் பிதுங்குகிறேன்.

மற்ற பொழுது சப்த தாதுக்களின் உயிர் மோனத்தில் இழைந்து மீட்டாத சமயங்களில் தந்தியுள் மறைந்து உறைந்து கிடக்கும் ஸ்வரம் போல் தங்கியிருக்கிறேன்.

இல்லாமல் இருக்கிறேன்.

இருந்தும் இல்லையென்று

இருக்கிறேன்.

இல்லையென்பதே இல்லை.

'இல்லை'யும் 'உண்டு'ம் இயக்கத்தில் மாறிமாறி வரும் மயக்கங்களன்றி எப்பவும் இருக்கிறதென்பதுதான் இருக்கிறது.

நிகழ்ச்சியின் ஊர்வலம் முடிவின்றி ஊர்ந்துகொண்டே

செல்கிறது,

வருகிறது,

இருக்கிறது.

இயக்கத்தின் எங்ஙணும் நிறைவில், அதற்குத் தனி நோக்கில்லை. அதனாலேயே அது கண்மூடி.

கண் மூடியாதலால் அதன் கதி மாறாக் கதி. அதுவே இயக்கத்தில் ஈடுபட்டவர்களின் விதி.

காலத்தை உண்டு, உமிழ்ந்து, தன் செயலே கதியாய், இயக்கம் இயங்கிக்கொண்டேயிருக்கிறது.

இயக்கத்தின் பல்வேறு வகைகளின் தனித்தனிச் சோதனை கள், அதன் தனித்தனித் தோற்றங்கள்.

இத்தோற்றங்களை நாளென்றால் தகுமா? அல்லது, நிமிடங்கள், மாதங்கள், வருடங்கள், வயது, மூப்பு - எது வென்றால் தகும்?

7

ஆனால், காலம்கூட கிழவியை அணுக அஞ்சுகிறது. இதுவே ஒரு தோற்றம் என்றாயினும், அவள் தோற்றத்தில் மூக்கு இன்னும் கூரிட்டது ஒன்று தவிர, வடுக்கள் புதிதாகத் தென்படவில்லை.

அவள் அதிகமாய்ப் புழங்குமிடம் வீட்டுக் கொல்லைதான். எதையேனும் தன் கையாலேயே வெட்டிக் குத்தி, கிளறி, நட்டு, தொட்டுப் பார்த்துக்கொண்டிருக்கிறாள்.

அண்டை, அக்கம்பக்கத்திலிருந்து பொழுது கழிக்க வந்தவர்கள் கிணற்றடியிலேயே நின்று அதிசயிக்கிறார்கள்.

"பாட்டிக்கு ஒரு நிமிஷம் சும்மாயிருக்க முடியாதோ?"

கிழவி, மண்வெட்டியால் கொத்திக்கொண்டே, குனிந்த தலை நிமிராமலே, "பொழுதுதான் போக வேண்டாமா?" என்கிறாள்.

"நீங்கள் வேலை செய்யற மும்முரத்தைப் பார்த்தால் பொழுது போகாது போலிருக்கே!"

"அஞ்சு மாசத்திலே பச்சைப் பசேலென்று எப்படிப் பண்ணினேள், பாட்டி? என் கண் பட்டுதுன்னு சொல்லாதேங்கோ. பட்டகண் இங்கே வந்து, இத்தனை பசேல் கண்டதும், பார்வை குளுகுளுன்னு குளிர்ந்து போச்சு."

"பாட்டியம்மாவை சும்மா சொல்லலாமா? தொட்டதெல்லாம் பொன்னல்ல?"

கிழவிக்கு உள்ளூர பொங்குகிறது. நிமிர்ந்து ஒரு முறை தன் கைவளம் காண்கிறாள். கொல்லையைச் சுற்றியணைத்த பார்வை அங்கே ஒரு வாழைக் கன்றண்டை வந்து அதன் மேல் தயங்குகிறது. குருத்து இருக்கிறதா? பரவாயில்லை, தப்பித்தது. அடுத்த தடவை வந்தால் நிச்சயமாய்க் காலை ஒடிச்சுடப்போறேன். அப்புறம் அய்யா என்றால் வராது; அம்மா என்றால் வராது; என்னைக் குற்றம் சொல்வதில் பிரயோசனம் இல்லை, கோனாரக் கட்டையிலே போவானிடம் சொல்லிவிட வேண்டியதுதான்.

"பாட்டீ, கேக்கறேனேன்னு கோவிச்சுக்காதேங்கோ! இந்த வயசுலே யாருக்கு இப்படி சிரமப்படறேள்?"

"காரியம் செய்த கை சும்மாயிருக்குமா? என் கையையும் காலையும் வெட்டி முறிச்சுக் கட்டையிலே வைக்கிறவரைக்கும் ஏதாவது செஞ்சுண்டுதானிருக்கும்; என்ன பண்றது?"

"உங்களுக்கென்ன குறைச்சல்? பழைய காலத்துக் கட்டை. கட்டையிலும் கட்டை தேக்குக் கட்டை. சுக்கங்காயா வற்றியிருக்கு. எந்த வியாதி அணுகும் உங்களை? எமன்கூட உங்கள்கிட்ட கைகட்டி வாய் புதைச்சு நின்னுண்டு, 'ரதம் காத்திண்டிருக்கு, வரேளா?'ன்னு கேட்டுண்டுதான் தூக்கிண்டு போவான்."

"என்னவோ அம்மா, உன் வாய் சொல்படி நடந்துட்டால் சந்தோஷம்தான். இருக்கிறவரையில் என் காரியத்தை நானே பார்த்துக்கொண்டு, 'நேற்றுப் படுக்கறப்போ நன்னாத்தானே யிருந்தாள்! இன்னிக்கு இன்னுமா எழுந்திருக்கல்லே?' என்று வியக்கும்படி மூடின கண் திறக்காமல் போய்விட்டால் அதைவிட என்ன வேணும்?"

"ஆமாம், சாகிறதும் இருக்கிறதும், நம் கையில் இருக்கிற மாதிரி!"

"இருக்கிறவரையில் சொல்லு!"

"இருந்தாலும் இந்த வயசில்..."

"இதென்ன பாலம்மா ஒரு நாழியாப் பார்க்கிறேன், என்னை மூட்டை கட்டியே பேசறே?"

"சே, சே, கோவிச்சுக்காதேங்கோ பாட்டீ! இதன் பலனை யெல்லாம் நீங்களே இருந்து அனுபவிக்கப்போறாப் போல உழைக்கறேள், அதுக்காகச் சொன்னேன்."

"நான் அனுபவிக்காவிட்டால் நீ அனுபவிச்சுட்டுப்போறே!"

"ஏன், இதென்ன பிள்ளையில்லாச் சொத்தா, தருமத்துக்கு எழுதி வைக்க? உங்கள் பிள்ளைக்குத்தான் குழந்தைகள் இல்லையா? அவருக்கும்தான் பிள்ளை பிறக்காதா? பட்டணத்திலிருந்து வந்தவ சொன்னா. உங்க நாட்டுப் பெண் மறுபடியும் மூணு மாசமா ஸ்நானம் பண்ணலியாமே. வாஸ்தவந்தானே?"

"ஓ!" பாட்டி சட்டென மண்ணைக் கொத்த ஆரம்பித்தாள். குனிந்த முகம் திகுதிகுத்தது.

சமாச்சாரம் சொல்ல வேண்டுமென்றே வந்து பேச்சை மடித்து மடித்துப் பேசும் இந்த வம்புக்காரியிடம் 'கடிதம் வரவில்லை' என்பதா, 'வந்தது' என்பதா?

“சரி பாட்டீ, நேரமாச்சு, வரேன். கடிதாசு இப்பவே உங்களுக்கு வந்துண்டே வர வழியிலேருக்கோ என்னவோ யார் கண்டா? நிச்சயமாகட்டும்னு காத்திண்டிருக்காரோ என்னவோ, யார் கண்டா? எப்படியோ? குழிப் பிள்ளை வயிற்றிலேன்னு பெரியவாள் வார்த்தை பொய்த்துப் போகுமா?”

வந்தவள் போன பின்னரும் வெகு நேரம் கிழவி காரியத்தில் நினைப்பில்லாமலே ஒரே இடத்தில் மண்ணை அர்த்தமில்லாமல் கிளறிக்கொண்டிருந்தாள்.

ஆமாம், எனக்குக் கடிதாசு போடணும்னு தலையெழுத் தாக்கும்! அப்படியே போடணும்னுதான் என்ன? படிச்சுக் காண்பிக்க அந்தப் போஸ்ட்மான் பிள்ளையாண்டான் தயவைத்தானே நாடணும்! எனக்கு ஒரு வரி எழுத அவனுக்கு நேரம் வேண்டாமா? பெரிய உத்தியோகம் பண்ணறான்! ஆயிரம் ஜோலி, முழிபிதுங்கும் மாமியாரைப் போல வைரத்தோடு போட்டிருக்கேனா! இருந்த குங்குமமும் அழிஞ்சு போச்சு. இனிமேல் ஒரு காசுக்கு மதிப்புண்டா! ஏற்கனவே அம்மாவுக்கும் பிள்ளைக்கும் ஒப்புறவு என்ன தட்டுக்கெட்டுப் போறது. விட்டுத்தள்ளு, ஒருத்தரையொருத்தர் குத்தம் சொல்லிண்டிருக் கிறதுதான் மிச்சம். அதுதான், விட்டுத் தள்ளுன்னேனே, விட்டுத்தள்ளு!

வாய்தான் ‘விட்டுத்தள்’ளென்கிறது. மனம் கட்டிப் பிடித்துப் பரிதவித்துக் கொண்டுதானிருக்கிறது.

நேரமாச்சு.

மண்வெட்டியை அப்படியே போட்டுவிட்டு உள்ளே வந்தாள்.

வயசாச்சு, வயசாச்சுன்னு எல்லாரும் உருவேத்தறாளேயொழிய பசியென்னவோ குறையவில்லை. கல்லு, மண்ணு, புல்லு எல்லாத்தையும் ஜீரணம் பண்ணிக்கும் தெம்பு இன்னும் இருக்கத்தான் இருக்கு. வேணும்னா நேற்று மாவு கொஞ்சம் இருக்கும். புளிச்ச தோசை ரெண்டு தடிமனா இலுப்பச் சட்டியிலே சொதசொதன்னு எண்ணெய் தோய வார்த்து, இழைச்ச மிளகாயும் தோச்ச தயிரும் போட்டுண்டு புட்டுப் போட்டுக்கலாம். ஆனால், அடுப்பு மூட்டணுமேன்னு அலுப்பாயிருக்கு. ஆமா. மூலையிலே பழையது இருக்கு. இலையில் பிழிஞ்சு வெச்சுண்டு, கொல்லையிலிருந்து பிஞ்சு மிளகாயா ரெண்டு பறிச்சுண்டு வந்து உப்புக் கல்லோடு பக்கத்திலே வெச்சுண்டா முன் பிடிக்குப் பின்பிடி துணையா மளமளன்னு இழுக்காதா? குடல்தான்

கறுத்திடுமோ! நமக்கோ ஆகாரம், பூஜை புனஸ்காரம் எதுவும் கிடையாது. கோவில் குளம்னு எட்டிப் பார்ப்பதுகூட இல்லை. இப்போ, எந்த சாமிக்குத் தலைவணங்கி எந்தக் காரியம் ஆகணும்! என்கிட்ட என்ன இருக்கு! உசிர் ஒண்ணு, வேளைவந்தால் இழுத்துண்டு போறான்! செத்தப்புறம் என்ன நடக்கிறது, யாருக்குத் தெரியும்? தெரிஞ்சு என்ன ஆகணும்? ஸ்வர்க்கம் என்கிறோம், நரகம் என்கிறோம்! நரியூருக்குப் பயந்து புலியூருக்குப் போன சமாச்சாரமாய் இருந்தாலோ? இங்கேயிருந்து அனுபவிக்கிறதே மனசு வறண்டு போயாச்சு!

ஆனால், சுவாமி விளக்கை ஏற்றுகையில் அவளுக்கே ஆச்சரியமாயிருந்தது.

எனக்குத்தான் அமங்கலம் வந்துவிட்டதே, சுவாமி பூதத்தால் எந்தக் காரியமும் ஆகவேண்டியது கிடையாதே, இப்போ எந்தக் காரியத்தை நாடி எந்த மங்கலத்தை நாடி, இந்த விளக்கை ஏற்றுகிறேன்? இருளுக்கு வெளிச்சம் வேணுமானால் ராந்தல் இருக்கு; சுவரொட்டி இருக்கு.

இந்த எண்ணத்தை எண்ணும் நேரத்துக்குப் பாலையில் பூத்த பூப்போல், எண்ணத்தின் பச்சை நெஞ்சு கசிந்தது.

அது இல்லை இது இல்லை என்கிறோம். ஆயினும் இந்தத் தன் உருக்கம், உருக்கத்தின் உள் பெருக்கம் எதனால்? அதை என் செய்வது, அப்பெருக்கத்தில் தானும் இளகி, யாவதின் ஒன்றன் தன்மையுடன் தானும் ஒன்றிவிட முயல்வதுபோல் இருக்கிறதே, அது ஏன்? ஏன்?? அதையும் இல்லையென்றுவிட முடியுமோ!

தன்னேஎளனத்தில் உதட்டைப் பிதுக்கிக்கொண்டே குத்து விளக்கில் நிறைய எண்ணெயை ஊற்றினாள். இன்று மற்ற விளக்குகளைக்கூட ஏற்றவில்லை. எல்லாம் இது போதும் என்று தோன்றிற்று.

8

கொஞ்ச நாழி வாசல் திண்ணைமேல் கால் நீட்டி உட்கார்ந் திருந்தாள். பிறகு எழுந்து ரேழித் திண்ணை மூலையில் கொட்டிக்

கிடந்த எருமுட்டைகளை அள்ளிக் கூடையில் அடுக்கினாள். பிறகு, உள்ளே சற்று நடமாடினாள். சஞ்சலிக்கும் அவள் உள்ளம் போல் குத்துவிளக்கின் சுடர் அலைந்தது; அவ்வொளி யாட்டத்தில் கூடம் குலுங்கியது.

காய்கறிக் கூடையில் துழாவி, அதில் கிடைத்த இரண்டு வாழைப் பழங்களை உரித்துப் போட்டுக்கொண்டாள். எல்லாம் போதும். சாப்பாட்டுக் கடையைப் பரப்பறது, எடுக்கிறது யார்?

வேலை வேறு ஏதும் இல்லை. கூடத்திலிருந்து கயிற்றுக் கட்டிலைக் கரகரவென்று இழுத்து நடுமுற்றத்தில் போட்டுக் கொண்டு படுத்துவிட்டாள். வாசற்கதவு கொல்லைக் கதவு எல்லாம் திறந்தபடியேயிருந்தன. தொன்றுதொட்டே அப்படித்தான் வழக்கம். கிழவிக்கு பயம் என்பது என்ன எனச் சொல்லிக் கொடுத்துதான் வரவேண்டும். ஆனால், அவள் இனிச் சொல்லிக் கொடுத்துக் கற்றுக்கொள்கிற வயதுமல்ல. கல்யாணக் கூடத்தில் முகூர்த்தப் பொழுதில் நாலு திக்கிலிருந்து சொரியும் மலர்கள், அட்சதைகள் போலும் ஆகாயத்தில் நட்சத்திரங்கள் கூடை கூடையாய் அபரிதிமாய் வாரியிறைந்திருந்தன.

அலைகளிடையே அவள் மாமனார் எப்பவோ சொல்லிக் கொடுத்தபடி பெயருள்ள நக்ஷத்திரங்களை அடையாளம் காண முயன்றாள் – முக்கியமாய் அவர் ஜன்ம நக்ஷத்திரத்தை – அவர் காலமானதுகூட அதிலேதான். இப்போது அவர் அதில் தங்கியிருக்கிறாரோ? அவருக்கு இனி ஜன்மங்கள் இருக்குமோ? யார் கண்டது? மகான்களும் அவதரித்திருக்கிறார்கள். அல்லது அவதரித்துத்தான் மகான்கள் ஆகிறார்களோ என்னவோ? எங்கு இப்போது அவதரித்திருக்கிறாரோ? வீட்டுக்குப் பேரனாய் திரும்பத் திரும்ப இந்தக் குடும்பத்திலேயேதானோ என்னவோ?

ஹும்! மூணு மாசமா ஸ்நானம் பண்ணலையாக்கும். பெண்ணோ, பிள்ளையோ, எதுவானாலும் விழாவாகத்தான் கொண்டாடுவான். வேட்டகத்திலும் செயலுள்ளவா. என் ஆம்படையான் மாதிரி மடிசஞ்சியா? ஊருக்கு மெப்பா கடன் வாங்கியாவது செய்வா. பிள்ளையாண்டானும் அந்தப் பக்கமே முழுக்க முழுக்க சாய்ஞ்சாச்சு, உத்தியோகமும் அவாளே பண்ணி வெச்சது. நல்ல உத்தியோகம்; கைநிறைய சம்பாதிக்கறான். தொட்டில் போட்டு ஊரையழைச்சால், ஒண்ணுக்கு ஒன்பதாய் ரொக்கமும் பண்டமுமாய்த் திரும்பி வராதா! எதுவுமே எதையேனும் உத்தேசித்துதானே! அன்பு, ஆசை, பாசம், குடும்பக்

கட்டுப்பாடு, தன்மானம் இதுகளுக்கே இப்போ மதிப்பேது? மச்சினிக்கு வரன் தேடறுதும், மச்சினனைப் படிக்க வைக்கிறதும் – உம் – உம் நடக்கட்டும். இது அவளுக்குக் காலம். உத்தியோகம் உசந்தால், அது பெண்டாட்டி வீட்டுக்கு லக்ஷ்மியாக வந்த வேளையாகி விடுகிறது. ஏன், நான் பெற்ற வேளையின் உற்ற சமயமாகியிருக்கக்கூடாதா? என்னதான் அவாள் அமிர்தமாய்த் தானிருக்கட்டுமே, அதுக்காக நாங்கள் உடன் பிறந்தாளும், பெற்ற தாயுமே சத்ருவாய்ப் போயிடணுமா? எந்த நியாயத்திலே அடுக்கும்? கப்பு அப்படியென்ன கொடும்பாவியா ஆயிட்டாள்னு கேக்கறேன். கப்பூ! கப்பூ!! இப்போ, நீ எங்கேடியிருக்கே?

கப்பூ நினைவு வந்துவிட்டது. இருப்புக்கொள்ளவில்லை. 'விருக்'கென்று எழுந்து உட்கார்ந்த வேகத்தில் கட்டில் கத்திற்று. மடிமேல் இருகை விரல்களும் ஒன்றுடன் ஒன்று பின்னிக் கொண்டன.

"அடி, கப்பூ, கப்பூ, கப்பூ!! என் கண்ணே!!!"

சிராய்த்துப் பொறுக்குப் பெயர்ந்த புண் நெஞ்சில் வலி பிடுங்கிக்கொண்டது. தலைமயிர் பரட்டையாகி ப்ரபையாய்ச் சிலிர்த்துக்கொண்டது. பற்கள் நெறநெறத்து அழுந்தின. இப்பவே வாய்விட்டு அலறிவிடுவாள் போல் தோன்றிற்று. பகலில் அணுக அஞ்சிய காலதேவன் இருளில் விலங்குபோல் பதுங்கி, மேல் பாய்ந்து அறைந்துவிட்டாற்போல் திடீரென மூப்பு முதிர்ந்து உடல் அலண்டது.

முக்கிக்கொண்டே கைகளை ஊன்றி எழுந்து கூடத்துக்கு வந்தாள். நடை தள்ளாடிற்று. வாய் "கப்பு! கப்பு!!" என்று முனகிற்று. கூடத்தில் மாட்டியிருந்த படங்களிடை கப்புவை தேடினாள்.

இதோ இருக்கு, கப்புவின் கல்யாண போட்டோ! 'கல்பகம், ரமணி' – பேரும் தேதியும் போட்ட போட்டோவிலிருந்து ஒரு இளம் ஜோடி அவளைப் பார்த்துச் சிரித்தது. உண்மையைச் சொல்லப்போனால் கப்புவைவிட மாப்பிள்ளையே அழகுன்னு சொல்லணும். ஆனால் புலிகூடத்தான் அழகாயிருக்கு. யார் கிட்டே போவா? அதன் அழகைக் கூண்டில் அடைச்சுத்தானே பார்க்கவேண்டியிருக்கு. இந்தக் கல்யாண சமயத்திலும் பாரேன், மாப்பிள்ளை சிரிப்பில் சிடுசிடுப்பை! 'மாப்பிள்ளை எப்பவுமே அப்படித்தான். எந்த விஷயத்திலும் ஒரு வக்ரப் பார்வை; ஒரு குயுக்திப் பேச்சு. சுபாவமே அப்படித்தான். அதுக்கு அவர்

என்ன பண்ணறது' என்று கப்பு விட்டுக்கொடுக்காமல் பேசுவாள். ஆனால், போட்டோவில் கப்பு மாப்பிள்ளைக்கும் சேர்த்து சிரித்துக்கொண்டிருந்தாள். அவளுக்கு வாயே சற்றுப் பெரிது. சிரிப்பு காதுக்குக் காது பரவி, கன்னங்களில் குழி விழுந்து பற்கள் ஆர்மோனியப் பெட்டியைத் திறந்தாற்போல் ஒரு திடீர்த் தன்மையுடன் வரிசையாய், பளிச்சென்று பளீரிட்டன. ஒருவேளை, போட்டாவில் கப்பு முகம் இன்னும் கொஞ்சம் தாழ்ந்திருக்கலாமோ, என்னவோ! ஆனால், அமரிக்கைக் குறைவாய் இல்லை. அதற்கென்ன பண்ணறது? அது அவள் சுபாவம். எப்பவும் எத்தனை கஷ்டங்கள் வந்தாலும் சிரிச்ச முகம். நான் பார்க்கல்லியா, ஒரு குழந்தை கழுத்தைக் கட்டிண்டு தொங்கும்; ஒண்ணு பின்னலைப் பிடிச்சிழுக்கும்; ஒண்ணு மார்த் துணியைக் கலைக்கும். ஒண்ணு உட்கார்ந்த இடத்திலேயே அசுசி பண்ணிண்டிருக்கும். இந்தக் கோலத்தில் அகமுடையானுக்கு சாப்பிட்டுக் கையலம்பக் காலடியில் வெச்சிருக்கும் சொம்பைக் கையில் எடுத்துக் கொடுக்கணும். அந்த ஓட்டை அதிகாரத்தில் ஒண்ணும் குறைச்சலில்லை. என் பிள்ளையோ 'எண்ணிக்கோன்'னு உட்கார்ந்து எழுந்து நிக்கறானே அது மாதிரியா? ஆனால், துளிகூட முகம் கோணாமல் அத்தனை பேரையும் தனித் தனியாய்க் கவனிப்பாளே. கப்புவின் இன்முகம், அந்த லக்ஷ்மிக்களை பொருந்திய முகம் யாருக்கு வரும்? இன்னும் எத்தனை பெற்றுக்கொண்டு எங்கே என்ன சீர்குலைந்து நிக்கறாளோ! கப்பூ, உன்னை உயிரோடு பறி கொடுத்துட்டேண்டி! நீ எங்கிருந்தாலும் சரி, உயிரோடாவது இருக்கையா?

அந்த நிமிஷமே 'விர்'ரென்று கிளம்பிய காற்றின் மோதலில் விளக்கு 'குப்'பென்று அணைந்துபோயிற்று. கிழவிக்கு வயிற்றில் 'சுறீல்' என்றது. விளக்கை ஏற்ற அவசர அவசரமாய் நெருப்புப் பெட்டியைத் தேடினாள். ஆனால், அந்த நாசமாய்ப் போறது அகப்படுகிறதோ! இப்பவே கைமறதி அதிகமாகப் போச்சு. எதுவுமே தேடற படலமாப் போச்சு. கடைசியில் கையடியி லேயேதான் இருக்கும். ஆனால், சமயத்துக்கு அகப்படாது. என்ன கர்ண சாபமோ?

எண்ணெயின் பொசுங்கல் மூக்கைத் துளைத்தது.

அத்துடன் இன்னொரு நாற்றமும் காற்றில் வந்து கலந்தது.

கிழவி நின்ற இடத்தில் அசையாமல் நின்றாள். மூக்கு நுனி துடித்தது.

எங்கிருந்தோ சலங்கையின் கிணுகிணுப்பு.

ஆட்டின் ஆண்வாடை.

கிழவியின் நெஞ்சில் புலிநகம் பிறாண்டிற்று, வெகுண்டெழுந்த கோபத்தின் வேகத்தில் மற்றதெல்லாம் மறந்தது. இன்று அதன் காலை ஒடித்துவிடுவதே சரி. கூடத்து மூலையில் சார்த்தியிருந்த மடிக்கொம்பை எடுத்துக்கொண்டு கொல்லைப்புறம் சென்றாள். இலைகளின் நிழல் இருள் அடர்ந்து, காற்று ஓய்ந்து, தோட்டமே எழுதிய சீலைத்திரைபோல், ஒரு இலைகூட அசையாது நின்றது. போரில் கொடிபோல் தோள்மேல் தாங்கிப் பிடித்த கொம்பு பட்டு, வேப்பங் கொத்துகளும் பொன் அரளி இலைகளும் ஒன்றிரண்டு உதிர்ந்தன.

மல்லிகையையும் துளசிப் புதர்களையும் அவரைப் பந்தலையும், பழக்கத்தால் பிசகாத நடையில் தாண்டி வேகமாய் வேட்டை மேல் சென்றாள். தோட்டத்தில் வாழை மரங்களிடையில் பச்சைப் பாம்பு தாராளமாய்ப் புழங்குவது அவளுக்கே தெரியும். ஒரு சமயம் கீரைப் பாத்தியின் பக்கத்தில் அணில்மேல் விரியன் திறந்த வாயுடன் பாய்ந்ததைத் தானே பார்த்திருக்கிறாள். உரித்த சட்டைகள் வேணது காலடியில் இடறியதுண்டு. ஆனால் கிழவிக்கு பயம் என்பது என்னவென்று சொல்லிக் கொடுத்துத்தான்
வ ர
வேண்டும். அவள் இனிச் சொல்லிக் கொடுத்துக் கற்றுக் கொள்கிற வயதுமில்லை.

நெடு நாளாய் புகைந்துகொண்டிருந்த ஆத்திரம், பிள்ளை மேல் கோபம், கப்புமேல் ஆதங்கம், பசி, எல்லாம் திரண்டு ஒருமுகமான கோபமாகி, அது அவளை உந்தித் தள்ளிற்று.

கிணற்று மேடையில் நின்று சுற்றுமுற்றும் நோக்கினாள். எதுவும் புலப்படவில்லை. சற்று எட்ட வாழைக் கன்றிலிருந்து சுருண்ட குருத்தின் உருக்கோடு உறையில் செருகிய வாள்போல் நீட்டிக்கொண்டிருந்தது. நல்லவேளை இதுவரை முழுமையாய்த் தானிருக்கிறது.

ஆனால், தான் கேட்ட சலங்கையொலி, மனத்தோற்றமா? அந்த வெடிப்பான ஆண்வாடை மனத்தோற்றமில்லையே! அது இன்னும் காற்றில் தங்கி, அந்த அருவருப்பில் மூக்கு சுருங்கிற்று, அதே சமயத்தில் அந்த அருவருப்பில் ஒரு கவர்ச்சியும் இருந்தது. ஆணின் குரூரமான கவர்ச்சி. உடல் தான் அறியாமலே குலுங்கிற்று. அருவருப்பிலா, அருவருப்பின் கவர்ச்சியிலா?

அல்லது தன் மோப்பக் கூர்மையில், பின்னால் குழவியாய்ப் பிறக்கப் போகும் பிள்ளைக் கருவையே தன்னால் முகர முடிகிறதோ? அப்போ தன் மகனுக்கு நிஜமாகவே ஆண் குழந்தை பிறக்கப்போகிறதா? அதுதான் தன்னை இப்படி இழுத்ததா? தாத்தா பேரனாகப் பிறக்கப்போகும் முன்வாசனை!

அண்ணாந்த பார்வைக் கோட்டில் வானில் திடீரென ஒரு திலகம், வெளிச்சம் பிதுங்கிற்று. அது என்ன நக்ஷத்திரம்? தெரிய வில்லை. அனந்தகோடி நக்ஷத்திரங்கள் இருக்கின்றன. ஆனால், இருபத்தி ஏழுக்குத்தான் பெயர்கள் உண்டு. பாக்கி அத்தனையும் அநாமதேயங்கள்.

கிழவி பெருமூச்செறிந்து திரும்பினாள்.

9

விடியுமா?

விடிகிறதே!

ஏங்கினும் அஞ்சினும் இரவுபோல் புலர்வு உண்டு.

மனோ கல்பிதத்தைத் தாண்டிய சதாகாரத்தின் சர்வ சௌந்தர்யம்தான் உண்டு. சர்வ வல்லமையின் அமைப்பின் நியதியே அழகன்றி, வேறு ஏதுமில்லை.

பொழுது புலர்கின்றது; வர்ணங்கள் வானில் தோய்கின்றன. இரவின் அரவங்கள் பகலின் முன்னணியில் மறைகின்றன. அவைகளின் ஸ்வரங்களே மாறி, ஸப்த மாலிகையில் விழைகின்றன. ஸப்தமாலை, முந்திய மாலை மணங்கள் மாறி, பகலின் பன்மணங்கள் கமழ்கின்றன.

வீட்டின் பின்புறம் வசிக்கும் இடையனுக்குத்தான் புட்களுக்கு அடுத்தாற்போல் முதலில் விடிகின்றது. அவன் தொழிலும் கண்விழிவித்த உடனேயே தொடங்குகிறது. பல் விளக்குவதுகூடப் பிறகுதான். சோற்றுப் பானையோடு இப்பவே கிளம்பினால்தான் மாடு கறந்துட்டு, அங்கங்கே ஒரு கையள்ளு பழஞ் சோறோ, மாவுச் சோறோ தண்டல் பண்ணிக்கிட்டு

திரும்பற வேளைக்கு வெய்யில் அம்மி யாண்டையிறங்கிடும் கூரைப் பனைவரையில் கட்டிய அணைக் கயிற்றை உருவ வெளிவருகிறான்.

"ஏ, புள்ளே!"

அவன் குரல் அவசரமாய், இன்னும் அரைத் தூக்கத்தில் மூழ்கிக் கிடக்கும் அவன் மனைவியை எட்டுகிறது. குளத்தில் எறிகல்போல் விழிப்பின் சுழிப்புகள் நினைவு மேல் விதிர் விதிர்க்கின்றன.

"ஏ, துரைக்கண்ணு! ஏ, தூங்கு மூஞ்சி!!"

கலைந்த ஆடையைப் பூராக் களைந்து, மறுபடியும் கட்டக் கொசுவி இழுத்துப் பிடித்து இடுப்பில் சுற்றுமுன் ஒரு கணம் புடவைத் திரைபின் பிறந்த மேனியில் நிற்கையில், மேனி அரைத்த சந்தனத்தின் மஞ்சள் வெளிரில் ஒளி வீசுகின்றது. வலது முலை எழுச்சியில் குத்திக்கொண்டிருக்கும் பச்சைத்தேள் கண்ணைப் பறிக்கின்றது. அவள் விழி நீலமாதலால் அவள் 'துரைக்கண்ணி.'

கொட்டாவி விட்டுக் கைகளை முறித்தபடி வெளியே வருகிறாள். அக்குளில் மயிர்ச் சுருள்கள் பொன்னிடுகின்றன.

"ஏன் அடிச்சுக்கிறே, யாரோ செத்துட்ட மாதிரி?"

"செத்துட்டால் தேவுலியே! உன் புள்ளே அறுத்துக் கிட்டான், மறுபடியும்!"

"ஐயையோ எங்கே? எங்கே??"

"என்னைக் கேட்டால்? போட்டுட்டுப் போயிருக்கானே இந்தப் புழுக்கையை வெச்சுக்கிட்டுத்தான் ஆரூடம் கேக்கணும். நல்லா கையைப் பிசைஞ்சுகிட்டு நில்லு! தோ... பார் துரை... இன்னொருதரம் – இதான் கடைசியா சொல்றேன். உனக்குக் குளந்தேயில்லை. ஆசையாயிருந்திச்சா, என் அக்கா புள்ளேகுட்டிக்காரி, வளக்கணும்னு ஒண்ணு கேட்டு வாங்கி யாறேன். அவளும் சந்தோசமா 'எடுத்துக்கோ, எனக்கு ஒரு கஷ்டம் கொறைஞ்சது'ன்னு புள்ளையை அனுப்பி வைப்பா. நீ இந்த ஆட்டைக் கட்டிக்கிட்டு அழுவாதே. நீ ஆயிரம் குளிப்பாட்டி செல்லமா சலங்கை கட்டு, அதன் நாத்தமும் குணமும் போவாது, இந்த மொட்டை வாலாலே எனக்கு வர கெட்டபேர், இனிமே என்னாலே தாங்காது."

"சும்மா அடுக்கிக்கிட்டே போவாதே அப்பேன்! போய்த்தேடி, அணைக் கவுத்துலே கட்டி இழுத்துட்டு வா."

"அணைக் கவுறு? அரிவாளுன்னு சொல்லு."

"அடப்பாவி! உன்னை வாரி வெயில்லே போட! உன்கையில் பாம்பு பிடுங்க! எண்ணத்துலே இடி விழ! எம்மா நாளாட கறுவறே என் புள்ளைக் கறி துண்ண?"

"நிறுத்தும்மே! சும்மா அலட்டிக்காதே! மாத்தி மாத்தி கறியும் குழம்புமா ஆக்கி நாலு பேருக்குக் கொடுத்து நாமும் துண்ணு, மூணு நாளைக்கு சமத்தியா சுமைப்பிடி இழுக்கலாம்– ஏன், நீ மாத்திரம் துண்ணமாட்டியா? குழம்பை விட்டுட்டு ஒரு தொடையையே உள்ளே தள்ளி விடுவையே எனக்குத் தெரியாதா, ஒரே வேளையிலே ஒஹ்ஹொஹ்ஹோ!"

சிரித்துக்கொண்டே போகிறான்.

அவளைச் சீண்டி, அவள் தன்மேல் சீறுவதில் ஓர் இன்பம்.

அவள் கோபம் மீறித் தன்னைக் கீழே தள்ளித் தன் மார் மேல் மிதியாடினால் அதைவிட இன்பம்.

இடையனுக்கு இடைச்சிமேல் ஆசை.

இடைச்சிக்கு ஆசை ஆட்டுக் கடாமேல்.

துரைக்கண்ணி, நீயோ கடல் கண்டதில்லை.

ஆயினும் உன் கண்ணில் எப்படிக் கடல் நீலம்?

வெள்ளை விழியில் முழுநீலச் சுடர்ச்சுழியுள்

கரி கரை விழி.

அவள் அழகைத் தங்கி அறியுமுன் ஆட்டின் ஆண்வாடை வரும் வழி மிதந்து செல்கிறேன்.

நெடி வலுக்கிறது.

வாய்க்காலின் வளைவில், கரைமேல் ஒரு பூவரசு. அதன் மேல் முன்னங்கால்களை வைத்து, பின்னங்கால்களில் நின்று தளிரை மேய்கிறது. உடல் முரடில் வாயிலும் மொட்டை வாலிலும்தான் நுட்பம் துடிக்கின்றது.

அருகே இரு கிடாரிகள் மேய்கின்றன.

கிளை மொட்டையானதும் முன்னங்கால்கள் கீழிறங்கின. மேலும் கீழும் சூழவும் கண்கள் தேடியலைந்தன. மஞ்சள் கண்களில் ஓயாத பசி மந்தமாய் எரிந்தபடி இருந்தது. சிந்தத் துடிக்கும் பிந்துவின் உள்தெறிப்பே அதன் தீராத வேதனை, அதற்கு வழி தேடலே அதன் ஓயாத ஏக்கம்; உயிரின் தாபம்.

அது நின்ற இடத்தில் கரை உயர ஆரம்பித்து, செங்குத்தான மேட்டில் எழும்பி மூண்டும் முடிச்சுமாய் ஓங்கிற்று. உச்சி முடிச்சின்மேல் ஒரு கிடாரி நின்றது. நன்கு தழைத்த மினுமினு மேனி.

கடாவின் நாபி நாக்கு சிவந்து சீறி எட்டிப் பார்த்துத் துடித்தது. மூன்றே தாவில் கடா உச்சி வந்து சேர்ந்தது. அதன் தொண்டையிலிருந்து ஆசைக் குமுறல்கள் கிளம்பின. கிடாரியிடம் இடம்தேடி அதைச் சுற்றிச் சுற்றி வந்தது. ஆனால், கிடாரி அதன் மோகத்தை ஏற்கும் நிலையில் இல்லை. ஒரு கால் மாற்றி ஒரு கால் வைத்துத் தவித்தது.

தன் பன்முயற்சிகளுக்கும் இடம் கொடாதது கண்டு கடா வெகுண்டது. நாலடி பின்வாங்கி வேகமாய் ஓடி வந்து தாக்கி முட்டி, கிடாரியைக் கீழே வீழ்த்தி ஓடிவிட்டது.

கிடாரி எழ முயன்று முடியாது முனகிற்று. அதன் வயிறு நெகிழ்ந்தது. கண்கள் செருகின. நாக்கு வெளித்தள்ளி உதடுகள் துடித்தன. அது வீழ்ந்த நிலையில் தன் பின்னின்று உயிர் வெளிப்பட்டுக்கொண்டிருப்பதை அதனால் காண முடியவில்லை. வலியின் அலறல்கள் தனித்தனிக் கிறுக்குகள் வகுத்துக்கொண்டு அதன் வாயினின்று புறப்பட்டன.

குட்டி கீழே விழுந்ததும் தாய் தன் முன் கால்களை மடித்து ஊன்றி எழ முயன்றது. ஆனால் சூல் மறுபடியும் அதைக் கீழே தள்ளிற்று. இன்னொரு குட்டி.

ஈன்ற அசதியில் தாய் விழுந்தபடியே கிடந்தது. மடியி லிருந்து ஓடிய பாலை மண் உறிஞ்சிற்று.

குட்டி பிறந்த முதல், பசலை காயுமுன்னரே எழுந்து நிற்க முயன்றது; குஞ்சுக் கால்கள் ஊன்றத் தவித்தன. ஆனால், பிடிப்புக் கிடைக்கவில்லை. அங்கு பூமி சமமாயில்லை. ஒரு மண்முடிச்சு பாதம் பதியவொட்டாது தடுத்தது.

தனக்கு அண்டக் கொடுத்தாற்போல் கிடந்த தாயின் உடலை உதைத்துக்கொண்டு குட்டி ஒரு முழு முயற்சியில் எழுந்தது. அப்பவே கால் வழுக்கி நிலை பிசகி, சறுக்கி ஒன்று, இரண்டு, மூன்று, அந்தர் அடித்து தொப்பென்று வாய்க்காலில், குளித்துக்கொண்டிருக்கும் கிழவியின் காலடியில் நேரே தலையை மணலில் செருகிக்கொண்டு வீழ்ந்தது.

வியப்பின் அதிர்ச்சி அடங்கியதும் பரிவு கரைபுரண்டது. பாட்டி குட்டியை வாரி எதிர்க் கரை மேல் கிடத்தினாள். இரு

முறை தலைகோணி கால்கள் முறுக்கி நீண்டன. கண்கள் சுழன்று நிலை குத்தி, கண்ணாடிச் சிதறுகள் ஆயின. தும்பை உடலில் தொப்புள் கொடி கறுகறுவெனச் சுருண்டது.

கரையுச்சியினின்று தாயின் அலறல் காற்றை வெட்டிக் கொண்டு கீழே எட்டி ஜலம் விதிர் விதிர்த்தது. பாட்டிக்கு வயிறு சுறீலென்றது. நெஞ்சக் கிளர்ச்சியில் தாரை இறுகிற்று, அசரீரியாய் வந்த அலறலின் திக்கிலும் கீழே கரை மேல் கிடக்கும் உடல் மேலும் பார்வை மாறி மாறித் தெளிவு தேடித் தவித்தது.

தாயின் அலறலில்

பாட்டியின் வயிற்றுச் சுறீலில்

நான் தங்கியிருப்பதால்

உள்ளபடி பாட்டியின் தன் நோக்கின்

உள் துருவலை

என் ப்ரக்ஞையில் உணர்கிறேன்.

என்றும் இன்றே.

சென்றதும் வருவதும்

இன்றின்மேல்

சலனம் சாய்க்கும்

நிழல்கள்

என்று

என் ப்ரக்ஞையில்

அறிகிறேன்.

10

பதவியும் பொருளும் வெற்றியின் விளைவு எனில்

வெற்றியைப் போல்

வெற்றிக்கு ஈடு வெற்றியே.

இதுவே ஒரு சூத்திரம்போல் அமைந்திருக்கிறது.

நல்ல சூத்திரமல்ல? அவ்வெற்றியில்தான் இன்று, என்றும் மலர்ந்திருக்கிறது. நேற்று, இன்றில் மறந்துவிடுகிறது. இன்றைவிட நாளை இன்னும் நன்றாக இருக்கும் எனும் சூசகங்கள் இன்றே அணை கோலுவதால், இன்றே இன்னும் நன்றாயிருக்கிறது.

நேற்று, இன்று, நாளை எனும் கட்டுக்கள் இல்லையேல், வெற்றியின் கீறல்கள் காலத்தில் பதிவு ஆவது எப்படி?

இதையேதான் கையெழுத்திட்டபடி யோசித்துக் கொண்டிருந்தான். கையெழுத்துக்குக் காகிதங்கள் குவிந்தபடியிருந்தன. ஒவ்வொன்றையும் படித்துப் பார்த்துத் தன் மனப்படி திருத்திக் கையெழுத்து ஆவது என்றால், இன்று, நாளை, மறுநாள், ஏன், எத்தனை நாளானாலும் போதாது. துரித நிமித்தம் கையெழுத்தைக்கூடக் குறுக்கிக்கொண்டாகிவிட்டது.

இன்று, நேற்றைய மாதிரியிருக்கிறது. ஆனால், இன்று நேற்று அல்ல. நேற்று நேற்று. இன்று இன்று. நாளை நாளை. அன்றன்று அன்றன்றோடு, நேற்றைப்போல் இன்று, இன்றுபோல் நாளை என்று இருந்திருப்பின் இரண்டு வருடங்களுக்குள் இப்பதவி உயர்வும் சம்பளமும் செல்வாக்கும் வந்திருக்குமோ? எல்லாம் பையன் பிறந்த வேளை, அதிர்ஷ்டம்.

வேளை என்பது என்ன? வேளை, அதிர்ஷ்டம் எல்லாம் ஒன்றுதானா? அப்புறம் நல்ல காலம். பொல்லாத காலம். நல்ல காலத்தின் போது கடவுளை மறந்து, பொல்லாத காலம் வந்தால்தான் அவனை நாடுகிறோம் என்றெல்லாம் பேச்சின் வழக்கு.

ஆனால், ஆண்டவனே, உன்னை இப்பவே, என் நல்ல காலத்தின் போதே வாழ்த்துகிறேன்; நன்றி செலுத்துகிறேன், எல்லாம் உன் செயல் என்று சொல்லி என் அகந்தையை அதன் இடத்தில் வைக்கப் பார்க்கிறேன். ஆண்டவனே, எனக்குப் பணிவைக் கொடு. உன்னைப் போல் நானும் பணிவின் தந்திரம் அறிவேன். பணியப் பணியப் பாய்ச்சலுக்கு வீச்சு அல்லவா?

அப்புறம் திருஷ்டியென்று இன்னொரு பேச்சு. அது என்ன, வேளையின் கபடா? என் திருஷ்டியே என்மேல் படாமல் இருக்க வேண்டுமென அடிக்கடி கண்ணையும் மூடிக்கொள்கிறேன். அப்போது என் தைரியத்துக்கு என் இமையுள் உனை நாடுகிறேன். தோன்றுவையோ? ஆயினும் ஒன்று; சந்தோஷத்திலேயே

ஒரு பயம் தெரிகிறது. இப்போது அடிக்கடி - சந்தோஷத்தை அடக்க அடக்க பயம் தோன்றுவதால், பயம் இருப்பது நிச்சய மாகிறது.

எப்பவும் இப்படியே இருக்குமோ?

விளிம்பின் துளும்பலுக்குப் பயம்.

ஒருவேளை அதனால்தான் உன்னை நினைக்கிறேனோ?

இதெல்லாம் பசிக் கனவோ?

விழிப்பு வந்துவிடுமோ?

கனவின் நினைப்பு அடிக்கடி இடறுவதே விழிப்பின் அறிகுறியோ?

ஆனால் விழிக்க அஞ்சலாமோ?

கூடாது. ஆகையால், விழித்துக்கொண்டிருக்கிறேன்.

நான் நேற்றில் இல்லை. நேற்று போய் இன்றில் இருக்கிறேன் என்று நனவு மூட்டிக்கொள்கிறேன்

நேற்று மாதிரியிருக்கிறது; ஆனால், இன்று பையனின் மூன்றாவது பிறந்த நாள்.

கனகாவுக்கு ஆண்டு நிறைவு இன்று எட்டாம் நாள்.

புவனா, மீனு, ராஜு, கனகா.

"இதென்ன ரயிலடுக்கு மாதிரி கிட்டக்கிட்ட!" என்று ஸ்ரீமதி வெட்கமுறுகிறாள்.

நானும் சில சமயம் என் எதிரில் தலைகுனிகிறேன். ஆடு, நாய் மாதிரி இதென்ன?

இதுகளை வளர்த்துப் படிக்க வைத்து, பெண்களைக் கட்டிக் கொடுப்பதற்குள் என் மண்டை மயிரைக் கண்ணாடியில் கண்ணாலேயே எண்ணிவிடும் நிலை வந்துவிடப் போகிறது.

ஆனால், ஸ்ரீமதிக்கு மயிர் முன்னிலும் அடர்த்தியாய்ப் பளபளக்கிறது. நரை ஒன்றுகூட இல்லை. கட்டுதுளிகூடத் தளரவில்லை. அல்வாபோல் உடல்வாகில் வழுவழுத்த ஒரு நெகிழ்ச்சி.

நேற்றேபோல்தான் இன்றுமிருக்கிறாள்.

குழந்தை பெறலில் அவளுக்கு வெட்கம் தவிர இன்னும் அலுப்பு இல்லை.

ஆனால், இனிமேல்...

ஒவ்வொரு பேற்றுக்கும், பாம்பு சட்டை உரிப்பது போலும், ஸ்ரீமதி மேனி மெருகுகிறாள்.

ஆனால், இனிமேல்...

ஸ்ரீமதியின் உடல் பக்குவிப்பின் முழுமையே இனிமேல் தானோ?

ஆனால், இனிமேல்...

நிறைவேற்ற முடியாத என் சபதங்களில் மானம் குலைகிறேன்.

செய்யும்போது சபதங்கள் எவ்வளவு அழகாயிருக்கின்றன?

இச்சைக்கு இடங்கொடல் - இனி கூடாது.

குழந்தைகளின் மேல் பாசத்தில் இச்சையைப் பாய்ச்சி அதைப் புனிதமாக்கல்வேண்டும்.

வயது ஏறிக்கொண்டே போகிறது.

நாலுக்குத் தாயான பின்னும் நச்சலா?

ஆனால்:

புருவத்தின் ஒரு சுளிப்பில், விழியோரச் சுழலில்,

எனை விளிக்கும் ஒற்றை விரல் கொக்கியில்,

நள்ளிரவில், விடிவிளக்கின் நிழலாட்டத்தில்,

என் பொறி கலங்கி, முன்பின் எனை மறந்து

என்னிலிருந்து என்னை உருக்கி

தன்னை விடுவித்துக்கொள்ளும் தணல் பிழம்பாகி

விடுகிறேன்.

இன்றுகூட...

"No" மண்டையுள் படர்ந்த மின்னற் கொடிகளை முட்டிக் கலைத்துத் தலையை உதறிக்கொண்டு, நாற்காலியைத் தள்ளிக்கொண்டு எழுந்தான்.

நேரமாச்சு.

குடும்பத்தோடு கோவிலுக்குப் போகவேணும், ராஜு பேரில் ஒரு அர்ச்சனை; இன்று புரோக்ராமே அதுதான். போகும்போது

ஏதாவது வாங்கிக்கொண்டு போகணும். பெண்டாட்டிக்கும் பெண்களுக்கும் மல்லி. பயலுக்கு பெப்பர்மின்ட்.

இன்று நன்றாயிருக்கிறது. மத்தியானம் வெய்யிலே தெரியவில்லை. மனம் சந்தோஷமாயிருந்தால் எல்லாமே நன்றாயிருக்கிறது. நான் மாத்திரமல்ல; உலகமே என் மகன் பிறந்த விழாவைக் கொண்டாடிக்கொள்கிறது.

கடைக்காரன்கூடச் சந்தோஷமாயிருக்கிறான்.

"என்ன சார், ஒரு பவுண்டு போதுங்களா? எல்லா தினுசும் கலந்தாப்போல் கட்டறேன். விதவிதமான கலர் பேப்பர். கொளந்தைகளுக்கு அதில் ஒரு குஷி. சரியாப் போச்சு, நமக்கே அந்த சபலம் இருக்குது. நீங்க ஒண்ணு, போங்க! ரொம்ப நாளாச்சே, கொளந்தைங்களை நாளைக்கு இந்தப் பக்கம் கொண்டாறீங்களா ஸார்?"

"நயினா, தருமம் போடேன்!"

அதிர்ச்சியில் ஒரு கணம் ஆணி அறைந்தாற்போல் நின்றான். அம்மாவின் இரட்டைப் பிறவியா என்ன!

'அம்மா இங்கு எங்கே வந்தாள்?' என்று தோன்றிய பின்தான் 'அம்மா இப்படி எப்படி வருவாள்? என்று உறைத்தது. பையிலிருந்து கைக்கு வந்ததை அவள் கையில் எறிந்துவிட்டு வேகமாய் நடந்தான்.

அம்மாவோடு பிளவு தீரவே தீராதோ?

ராஜு பிறந்தது முதற்கொண்டு ராஜுவை அம்மா இன்னும் பார்க்கவில்லை. இம்மாதிரி சமயங்களில் அம்மா என்னோடு இல்லாதது, அவளது இடம், பெருகும் வில்லை யான காலிதான். நாலு பேருக்குப் பேச்சும்கூட.

"ஏன் பேரனைப் பாக்கவரலை? இன்னுமா வரல்லை?"

கொத்திப் பிடுங்கி எடுத்துவிடுகிறார்கள்.

பாசம் நாசமாய்ப் போகட்டும்; வேஷம் கூடவா போய் விடணும்?

ஒரு கட்டத்துக்கு அப்புறம் எல்லாமே வேஷம்தானே!

சிரிக்கறாப்போல் சிரிக்கிறேன்.

அழறாப்போல் அழறேன்.

உருகுவதுபோல் உருகுகிறேன்.

பாசம் பங்கானபின், நிஜச் சிரிப்பு, நிஜ அழுகையின் துல்லியத்தை எவ்வளவு தூரம் காப்பாற்ற முடியும்?

ஆனால் துடிக்கிறேன்.

ஆகையால் துல்லியம் நம்மை முற்றிலும் துறந்துவிடவில்லை. நீர்த்துவிட்டது, அவ்வளவுதான். அதனாலேயே வேஷமும் அதன் அவசியமும் வந்துவிட்டது.

ஆனால், அம்மா ஏன் இப்படி வேஷத்தை முற்றிலும் கலைத்துவிட்டாள்?

அனுப்பி வைத்த பணம் திரும்பிவிட்டது. நானாக எழுதின கடிதாசிகளுக்கும் பதில் கிடையாது. சடங்குகளுக்கும் வருவதில்லை. தனக்கு அவைகளில் நம்பிக்கையில்லை என்றே பிறத்தியான் கையெழுத்தில் எனக்கு எழுதுகிறாள்.

இத்தனை வயதிற்கு மேலும் இவளுக்கு ஏன் இத்தனை?

ஏன், எனக்கு மாத்திரம் ரோசம் இல்லையோ? அம்மா, நானும் உன் வயிற்றில் பிறந்தவன்தான். நான் பிள்ளையென்றால் நீயும் என்னை உதாசீனம் செய்துவிட முடியுமோ? நானும் நாலு பேரிடையில், பேரோடுதான் வளைய வருகிறேன். காலத்தின் கோளாறு, உனக்கும் எனக்கும் இடையில் திரை விழுந்துவிட்டது. ஆனால் காலம் இப்படியே இருக்கும் என்று எண்ணுகிறாயா? உனக்கு ஒரு தலைவலி என்று வராதா? இங்கேயே நாம் சாசுவதமா?

அம்மா, நீ எப்படி இருக்கிறாயோ எனக்குத் தெரியாது. ஆனால், நான் உன்னை எண்ணியபடியேதான் இருக்கிறேன். மறக்க முயல்வதே மறதிக்கு மாற்றுப் போலும்! நாம் சேர்ந்து சந்தோஷமாயிருக்கக் கொடுத்து வைக்கவில்லை, நான் என்ன செய்ய?

பச்சைப் பட்டுப் பாவாடையும் வெங்காயக் கலர் சொக்காயும் அணிந்து மீனு வாசலில் நின்றுகொண்டிருந்தாள்.

"ஏம்பா லேட், எப்போப்பா போறது? என்னப்பா கொண்டு வந்திருக்கே?"

"ஒண்ணுமில்லையே!"

"பொய் சொல்றே, அதோ பாக்கெட் பெரிஸ்ஸா இருக்கே!"

மீனு அவள் வயதுக்கு அழகாயிருப்பாள். சந்தேகமேயில்லை.

"என்ன சும்மா தின்கறதுக்கு அலையறது, கெட்ட பழக்கம், பெட்டைக் குட்டியாய்ப் பிறந்துவிட்டு! இன்னிக்கு போளியும் வடையும் பால் பாயஸமும் அடைச்ச வயத்தில் எந்த மூலையில் இடம் இருக்கிறது?"

"நீ மாத்திரம் தின்கல்லையோ?" என்று முனகிக்கொண்டே மீனு அவனை உள்ளே பின்தொடர்ந்தாள்.

மீனு நாளடைவில் அதிகப்ரஸங்கத்தில் அவள் தாயை மிஞ்சிவிடுவாள்; சந்தேகமேயில்லை.

கூடத்தில் ராஜு அவன் கையளவுக்கு ஒரு ரப்பர் வளையத்துள் அவன் தலையளவுக்கு ஒரு கால் பந்தை நுழைக்க முயன்றுகொண்டிருந்தான். அவனைச் சுற்றி விளையாட்டுச் சாமான்கள் சிதறிக் கிடந்தன. பின்னுக்குச் சீவி விட்டிருந்த தலைமயிரில் இரு தடிப்பிரிகள் கலைந்து முன் நெற்றியில் விழுந்து கண்ணைக் குத்தின. இடையில் ஒரு 'ஜெட்டி' மாத்திரம். கொழுகொழுத்த உடம்பிற்கு பயல் 'பயில்வான் குஞ்சாய்' இருந்தான்.

அப்பாவைக் கண்டதும், "அப்பா! அப்பா!" கைச் சாமான்களை வீசியெறிந்துவிட்டு சிரித்துக்கொண்டே ஓடி வந்து காலைக் கட்டிக்கொண்டான்.

"அப்பா, தூக்கு! தூக்குப்பா, என்னே! தூக்கு நன்னா?"

ஸ்ரீமதி, குழந்தை தலைமேல் தலைப்பைப் போட்டு மூடிக்கொண்டு பால் கொடுத்துக்கொண்டிருந்தாள். அங்க அசைவில் பட்டுப்புடவை புஸு புஸுத்தது. அதற்கேற்றபடி அரக்கில் 'ப்ளஷ்' ரவிக்கை.

"இதென்ன ஸ்ரீமதி 'மேக்கப்'? நாம் என்ன, கோவிலுக்குத் தானே போறோம்? இல்லை, உன் கல்யாணத்துக்குப் போறோமோ?"

மைதீட்டிய விழிகள் மலர மலர,

புன்னகையில் கன்னம் குழியக் குழிய,

தத்தி (அதிர்ஷ்ட)ப் பற்கள் தெரியத் தெரிய ஸ்ரீமதி.

மீனு விடமாட்டாள்: "என்னப்பா கொண்டு வந்திருக்கே?"

"கொள்ளும் இடத்துக்குக் குருணி கொள்ளாக்கும்!" ஜன்னலில் தான் உட்கார்ந்திருந்த இடத்திலிருந்து புவனா மிரட்டினாள். தாய் சொல்வதைத் திருப்பிச் சொல்லியாக வேண்டும்.

அப்போதுதானே அவள் பெரியவளாகிக் கொண்டிருப்பதற்கு அடையாளம்!

ஜேபியிலிருந்து பொட்டலத்தை எடுத்....

"பப்பர்மிட்! பப்பர்மிட்!!" ராஜுவின் இளங்குரல் கோஷ்டிக் கூச்சலில் தனியாய்த் தெரிகிறது.

"ஹய்யா! சாக்லேட், சாக்லேட்!!"

"நேக்கு சாக்கேட், சாக்கேட்!"

கலவையின் குவியலிலிருந்து அவன் கைக்கு ஒரு பாதாம் பெப்பர்மின்ட் வந்தது.

"ராஜு இதைப் பார்த்தியா, இது என்னாது?"

"நேக்கு! நேக்கு!" கையிலிருந்து குழந்தை பிடுங்கிக் கொண்டான். கையில் வைத்துக்கொண்டு ஒருமுறை தன் நாக்கை அதன்மேல் நக்கவிட்டான். நாக்கிலிருந்து 'ஜொள்ளு' கொட்டிற்று. உவகையில் கண்கள் பெரிதாயின.

"அப்பா, பப்புட்டு நல்லாக்கு, நல்லாக்கு!"

"ராஜுக்கு மாத்திரம் கோழிமுட்டை பப்புட்டா?" என்று மீனு சிணுங்கினாள்.

"பாத்தியாடி, நேக்கு சேப்புச் சாக்லேட்! உனக்கென்ன கலர்?"

கைக்குழந்தையைத் தரையில் இறக்கிவிட்டு, ஸ்ரீமதி எழுந்து புடவையைச் சரிப்படுத்திக்கொள்ள அறைக்குள் சென்றாள். அவன் பின்தொடர்ந்தான்.

"ஸ்ரீமதி!"

"நீங்கள் ஏன் அழைக்கிறேள்னு தெரியும்!"

"ஸ்ரீமதி, நீ இன்றைக்கு ரொம்ப அழகாயிருக்கிறாய்!"

"சரி, கவலை விட்டது. இல்லை, ஆரம்பிச்சுடுத்தா?"

"ஸ்ரீமதி!"

"உஸ்... குழந்தைகள் இங்கேதான் இருக்கா, ஞாபகமிருக்கட்டும்!"

"ஏய்!"

"ஏயுமாச்சு பேயுமாச்சு! கோயிலுக்குப் போய்வரும் வரைக்காவது சித்தே சுத்தமாயிருக்கேனே! இன்னும் ஆபீஸ் உடையையே களைஞ்சபாடில்லை..."

"அப்பா! அப்பா!" புவனா இரைக்க இரைக்க ஓடி வந்தாள். அவள் விழிகள் பயத்தில் சுழன்றன.

"அப்பா, ராஜு என்னமோ மாதிரி முழிக்கிறானே! வாயேன்!"

"ராஜூ...."

குழந்தையின் கண்கள் மங்கிச் சுழன்றன. கால்கள் பூட்டுவிட்டு உடம்பு ஆடிற்று. தொண்டையிலிருந்து, ஏதோ அடைத்துக் கொண்டாற்போன்ற கோரமான சப்தங்கள் கிளம்பின.

அவன் தாய் அவனை வாரி மடியில் போட்டுக் கொண்டாள்.

"ராஜூ! ராஜூ ! என் கண்ணே. என்னடியம்மா பண்றது? மீனா – ஐயோ, யாராவது கொஞ்சம் தூத்தம் கொண்டு வாங்களேன்!"

ஜலம் உதட்டோரம் வழிந்தது.

அழுகையும் பயமும் ஒன்று சேர்ந்து அமுக்குகையில் குரல் நொறுங்கிற்று.

"ஐயையோ, மூஞ்சி நீலம் பூரிச்சுடுத்தே! குழந்தை பேசமாட்டேங்கறானே! என்ன பாருங்களேன்!"

அவனுக்கு வாயடைத்துவிட்டது. என்ன முயன்றும் முடியவில்லை. மேலழுத்திய அந்த ராக்ஷஸ கனத்தை என்ன முயன்றும் உதற முடியவில்லை. குழந்தையின் மார்மேல் வைத்த கையடியில் துடிப்பைக் காணோம்.

கண்கள் மூடிவிட்டன.

பயில்வான் குஞ்சு.

11

அதே சமயம் கிழவி திண்ணையில் அரையுறக்கத்தில், அது உறக்கமல்ல – வேளை வேணுமென்றே கண்ணை மறைக்கும் மனமயக்கம் – மயக்கத்தில் சாய்ந்திருந்த தன்னை யாரோ தோள்மேல் தொட்டாற்போலிருந்தது. திடுக் கென விழித்துக்கொண்டாள். அந்தரத்தின் அசரீரத்திலிருந்து ஒரு கைநீட்டி, விரல் நுனிகள் மேலே சில்லென்று பட்டன. ஸ்பரிச உணர்ச்சி அவ்வளவு உண்மையாய் இருந்தது.

"எனக்கு வழியில்லாமல் சுழித்துவிட்டாயே!

எனக்கு வழியென்ன சொல்லு!"

யாரது?

ஒருத்தரையும் காணோம்.

குரலில்லாத வார்த்தைகள் பட்டு செவி நரம்பு சுழித்தது.

உடம்பை உதறிக்கொண்டு கிழவி உள்ளே வந்து, கூடத்தில் புழுங்கி நின்றாள்.

சுவாமி விளக்கு அணைந்து, திரிப்புகைச் சுருள்கள் மேலே சுழன்றன. கூடத்துச் சுவர்கள் சீறிப் பிதுங்கின. தலைசுற்றி மடேரென விழுந்துவிட்டாள்.

மூலைகளில் கறுப்பு மை தடவிய கடிதம் வந்தது. அதைப் படித்துக் காட்டக்கூட யாரையும் கூப்பிடவில்லை.

அதற்கு அவசியமில்லை.

ஏனெனில்,

அவளுள்

நான்

இருக்கிறேன்.

12

வாசலறையில் உட்கார்ந்திருக்கிறான். ஆபிஸிலிருந்து கொண்டு வந்திருக்கும் வேலைகள் சுற்றி மேஜைமேல் குவிந்திருக்கின்றன. ஆனால், கைப் பேனா ஒரு முக்கியமான தஸ்தாவேஜில் கோடுகள் இழுத்துக்கொண்டிருக்கிறது. மீண்ட நினைவு கைவேலைமேல் பதிந்ததும் திடுக்கிட்டான்.

எதிர்வீட்டுப் பெண் தெருவிலிருந்து, இழைத்தமாவில் அடிச்சுவடுகளை எழுதிக்கொண்டே, உள் நடத்திப் போனது கண்டு, நினைவின் அத்து இல்லாமலே கண் கண்டதைக் கை தானே வரைந்திருக்கிறது.

இன்று கோகுலாஷ்டமி.

ஊசி மருந்துபோல் அவ்வுணர்வு வழுக்கென உள்ளேறியதும், நெஞ்சில் உள்ளெழுந்த அலைகளில் நான் கரையொதுக்கம் காணாது தடுமாறினேன்.

உருவுமிலை அழிவுமிலை என்ற நிலையில் 'நான்' ஆகிய பொருள், தன் ப்ரக்ஞை முழுகி முழுகித் தலைதூக்கித் தவித்தது.

எதிரே கண்ணாடியில் தன் நசுங்கிய முகம் கண்டு யார் முகமோ என மிரண்டான். தன் முகம் என்று தெளிந்ததும் தலை மேஜைமேல் முழங்கை வளைவுள் கவிழ்ந்தது.

எந்நேரம் அந்நிலையில் இருந்தானோ அறியான். தோளை இரு கைகள் தொட்டன. மோவாயில் கை கொடுத்து முகத்தை நிமிர்த்தின.

வெட்கமற்ற அழுகை பீறிட்டது. மூழ்குபவன் பிடியில் அந்த ஆதரவைக் கட்டிக்கொண்டான். அந்த அணைப்பில் கௌரவம், ஆண்மை, வேலிகள் அமிழ்ந்தன. விக்கிவிக்கி அழுதான். புடவையும் கறுப்பாய், அவள் இருளோடு இருளாய் இழைந் திருந்தாள். மார்பின் மிருதுவில் மூழ்கியே போனான். அவள் இதயம் அவன் கன்னத்தின் கீழ் அழுந்தித் துடித்தது.

புயல் ஓய ஆரம்பித்ததும், தன்னை விடுவித்துக்கொள்ள முயன்றாள். ஆனால், அவன் கைகள் அவள் இடையைச் சுற்றி இறுகின.

"நான் சொன்னதெல்லாம் மறந்துடுங்கோ, பெற்ற வயிறு – ஏதோதோ பிதற்றிவிட்டேன்."

"நீ சொன்னது அத்தனையும் சரி. இன்னும் என்னை என்ன சொன்னாலும் தகும். நானேதான் என் குழந்தையின் எமன்."

"உஷ்!" வாயைப் பொத்திய அவள் விரல்களின் அடியில் அவன் உதடுகள் பிடிவாதமாய் அசைந்தன.

"இல்லை, ராஜுவைக் கொன்றவன் நானேதான். அந்தப் பெப்பர்மின்டை நான் கொடுக்காமல் இருந்தால் நம் குழந்தை இன்றைக்கு உயிரோடியிருப்பான். இதை நீயும் நானும் மறக்க முடியுமா? ஒருவருக்கொருவர் மறக்கடிக்கத்தான் முடியுமா?"

"சும்மா இருங்களேன்! என்னை வதைக்காதேயுங்களேன்!"

இப்போது அவளை அணைப்பது அவன் முறை.

குழந்தையிழந்து குழந்தைகளாகிவிட்டோம்.
குழந்தையிழந்ததால் குழந்தைகளாகிவிட்டோம்.
குழந்தை நினைப்பின் துயரம் நெருப்பாய்
எரிந்ததும்
அவ்வெரிப்பின் தூய்மையில்
குழந்தைகளாகி விட்டோம்.

இப்படிக் குழந்தைகளானதில் தெரியும் குளுமையை இழக்க மனமில்லை. ஆனால், அதை இறுகப்பற்றி இருத்தும் முறடிலேயே குளுமை நழுவுகிறது.

குழந்தை நாலுநாள் நோய்வாய் கிடந்து செத்தது என்பதில் ஒரு ஆறுதல் உண்டு. ஆனால், அந்தக் கண்ராவி கல்மேல் அடித்த சாஸனமாய் – நாம் செத்த பின்னரும் நம் பின்னால் விளங்கிக்கொண்டிருக்கும் என்பதை நினைக்கவே பயமாயிருக்கிறது.

"ஹூ...ம். பெற்ற கடன்!" என்றாள்.

"ஹூம்... விதி யாரை விட்டது!" என்றான்.

தன்னிரங்கலில்
நிலைமையின் தலைமையை
ஒருவருக்கொருவர்
கைப்பற்றப் பார்க்கிறோம்.
பொய்மையின் பரிமாறல்கள்
திரும்பவும்
ஆரம்பித்துவிட்டன.
மறுபடியும் கபடு உறவில்
புகுந்து விட்டது.
ஆயினும், இத்தனை ஏமாற்றங்களின்
அடியில்
ஒரு முள்
இ–ட–று–கி–ற–து.
விதியா? சாபமா? =

13

ஓயாத இரைச்சலின் மேல்தட்டில் எனைச் சூழ்ந்த
அகண்ட மோனத்திலினின்று திடீரென
மோனத்தின் வாய்விட்ட சிரிப்பில்
நான், என் அக்ஷரங்கள் அதிர்ந்து குலுங்குகிறேன்.

எண்ணற்ற 'நான்'களின் தலைகவிழலில்
ஒரு 'நானா'ய் நின்ற ஆண்டவனும்
மோனத்தின் ஒரு உச்சம்.
அந் நாளையும் விழுங்கித் துப்பி,
நான் அற்று.
நானே எல்லாம்
எல்லாம் நானே ஆய
நானின் சிரிப்பு மோனத்தின் நாண்
"பூம்" என்கையில்
நான், என் அக்ஷரங்கள் அதிர்ந்து குலுங்குகிறேன்.
நான் தோன்றுகிறேன்.
நான் தோற்றுவிக்கிறேன்.
நான் அழிகிறேன்.
நான் அழிக்கிறேன்.

நானே எமன் என்கிறேன் – அந்த எமன்
எந்த எமன்?
விதி என்கிறேன்.
சாபம் என்கிறேன்.
கிடந்து செத்தல் நல்லது என்கிறேன்,

கிடவாது இடித்தல் கொடுமை என்கிறேன்,
பெற்ற சுமை என்கிறேன்.
இது சிரிப்பாய் இல்லை?
பித்தனின் சிரிப்பில் –

நான்
என் அக்ஷரங்கள் அனைத்தும் அதிர்ந்து குலுங்குகிறேன்.
சமயத்தில், சம்பவத்தில், என் பொருளில் வெளிப்பிதுங்குகிறேன்.
மற்ற வேளைகள்: நான் சமயத்திற்குக் காத்திருக்கும் நேரங்கள்.
மாதங்கள், வருடங்கள், என வகுத்த காலத்தில்,
காலத்தை நாகம்போல் விழுங்கிய
மோனத்தில் மூழ்கித் திளைத்து மிதக்கிறேன்.

14

கிழவி மல்லிப் புதரண்டை மண்ணைப் புரட்டிக் கொண்டிருக்கையில் கைக் கட்டைவிரலில் ஏதோ சுருக்கென்றது நெருடினால் முள்ளொன்றும் இடறவில்லை. ரத்தக் கசிவில் 'பல்'லென்று நினைக்க இரு பதிவுகள் தெரிந்தன. காயத்தின் கீழ் விரலை இறுகப் பிடித்தபடி உள்ளே வந்து, நகம் நீலம் தெறிக்க நூலால் இறுகக் கட்டினாள். திரும்பி வந்து, மறுபடியும் மாலை வெளிச்சத்தில் மண்ணைக் கிளறித் தேடினாள். ஒன்றும் புலப்படவில்லை.

உள்ளே வந்து, மிளகை அள்ளி வாயில் போட்டுக் கொண்டாள், சப்பென்றதோ? மிளகுக்குத் தன் காரம் செத்துவிட்டதோ? இல்லை, எனக்குத்தான் உடல் செத்துவிட்டதோ?

கிர்ர்ர்ர்ர்...

தூணில் சாய்ந்தாள்.

வயிற்றைக் குமட்டினாற்போலிருந்தது; ஆனால் வாந்தி எடுக்கவில்லை.

முள்ளாய் ஏன் இருக்கக்கூடாது? கடித்ததைக் கண்ணால் கண்டாலே பாதி விஷம் இறங்கின மாதிரி. ஆனால் கடித்தது தன்னை அடிக்கக் கம்பு எடுத்து வரும் வரைக்கும் காத்திருக்குமோ?

வயசோ கழுகா ஆச்சு, இப்போ போனாலும் கேட்பார் யாருமில்லை. ஆனால், போகிறது என்று வரும் போது வயசு இத்தனை ஆகியும் இன்னும் உயிர் ஏன் வெல்லமாயிருக்கு? அப்படி விட்டுப்போக மனமில்லாமல் இங்கே அனுபவிக்க என்னதான் பாக்கி இருக்கு? எப்படியாயினும் சரி, விளக்கை யேற்றுவோம், அப்புறம் நடக்கிறது நடக்கட்டும். இருளே ஒரு நிமிஷம் பொறு.

சுவாமி விளக்கை ஏற்றிவிட்டு மறுபடியும் பழைய இடத்தில் உட்கார்ந்துகொண்டாள். வேண்டிக்கொண்டபடி காத்திருந்த இருள், திரும்பவும் மேல் கவிழ்ந்தது. முதலை போல் நினைவைக் கவ்வித் தன்னுள் இழுக்க முயன்றது. ஆயினும் நினைவு பணியவில்லை. விளக்கின் சுடரில் தன்னை நிறுத்தி, சுடரைத் துளைத்து, ஒளியுள் புகுந்து இருளினின்று தப்ப முயன்றது. சுடர் நிலைத்து நீலமாயது.

நீலத்துக்கும் பச்சைக்கும் வித்தியாசம் சுருக்கத் தெரிவ தில்லை.

காண்பது சுடரின் நீலமா? விஷத்தின் பச்சையா?

விஷம் பச்சையா? நீலமா?

நல்ல பாம்பு விஷம் நீலம்—

பச்சைப் பாம்பு விஷம் பச்சை என்றிருக்குமோ?

விஷம் நீலமானதால்தானே

விஷமுண்ட கண்டன் நீலகண்டன்?

நீலம் அவளைச் சுற்றிப் பெருகிற்று;

விஷம் ஏறுகிறதோ?

விஷம் இவ்வளவு குளுமையாய் இருக்குமோ என்ன?

இவ்வளவு சுகமா?

நீலம் நெஞ்சுள் புகுந்தது;

உள் நோக்கிய பார்வையின் நீல உணர்வில், எண்ணத்தின் கடல் நீலம் அலை தாண்டி முதன் முதலாய்க் காண்கையில், அதன் விரிவும் பரிவும் வியப்பைப் பெருக்கிற்று.

தன்வியப்பே நீல மீனாய்த் தன்னின்று சுழன்று, தான் காணும் கடலில் குதித்து துள்ளித் துளைவது கண்டாள். என்னுள் இவ்வளவு பெரிய கடலா?

ஒவ்வொரு எண்ணமும் வியப்பும் தனித்தனி உயிர்களாய், தன் தன் உச்சத்திற்கேற்பப் பெரிதாயும் சிறிதாயும் அவளைச் சுற்றிச் சிற்றலை விளையாடின.

வாழ்வின் அனுபவங்கள் அத்தனையும் வெளி உணர்வில்,

அவை நிகழும் சூட்டில், சதையும் தசையுடன் அவைகளை அனுபவித்தபின்,

உள்ளுணர்வில் ஊறிக் குளிர்ந்து, ஞாபகங்களாய் மாறி விடுகின்றனவோ?

ஞாபகங்களே அனுபவத்தின் சத்தாய எண்ணங்கள் தாமோ?

இந்நீலவெளியில்:

கடல் நடுவே, மூலத் தண்டாய், கடலாழம் முழங்கால் மட்டில் தான் நின்றுகொண்டு, கடலும் அதன் நீலமும் அலைகளும் எண்ணங்களும் அனுபவங்களும் ஞாபகங்களும் தன்னின்று பெருகுவது கண்டாள்.

எல்லாமே எண்ணங்கள் என்ற நிலையில், வயது, மூப்பு, ஆயுளின் பாத்திரங்கள்; கணவன், மகன், கல்பகம், மருமகள், பாசம், நேசம், காரம், வைரம், பயம், தைரியம், காலம், இரவு பகல், பிறப்பு, இருப்பு, சாவு எல்லாமே எண்ணங்கள். நேர்ந்தவை எல்லாம் நினைவுகள். நேரப்போவது கற்பனை. நிகழ்ச்சி ஞாபகங்களுக்கும் கற்பனைக்கும் இடைப்பூச்சு. எல்லாமே மூலத்தின் நீலத்தின் நிழல்பெருக்கு. விழிகள் கண்டதே பழியென எண்ணத்தின் தோற்றங்கள். இமைகள் மூடினும் திறப்பினும் ஒன்றாய் – ஒரே நீலமாய் – இருக்கும் நீலத்தை நினைவு, சுடரின் துணைகொண்டு மேலும் துருவியதும், உடைந்த குழாய் போல் மேலும் நீலம் மேல் சரிந்து, தலை சுற்றிக் கீழே சாய்ந்தாள்.

விழிகள் நீலத்தில் செருகின.

15

அஞ்சு வயதினிலே இந்த வீட்டுக்கு வந்துவிட்டாள். அப்பவே மருமகளாய் அல்ல; மருமகளாகப்போகும் வீட்டோடு வளர வந்தாள்.

அவள் பிறந்த வீடும் வெகு தூரம் ஒன்றுமில்லை – அதே தெருவின் எதிர்ச்சாரியில் கோடியில் பெருமாள் கோவில் அண்டை.

அவள் இங்கு வருவதற்கு இரண்டு நாள் முன் தாடிக்கார மாமா வந்து திண்ணையில் அப்பாவுடன் பேசிக்கொண்டிருந்தார்.

"ஏம்பா பிச்சு, குழந்தையை அனுப்பித்தான் வையேன். வெல்லப்பொதி மாதிரி உடம்பை வெச்சுண்டு என் சம்சாரம் சிரமப்படறாள். கூப்பிட்ட குரலுக்கு 'ஏன்' என்று பதில் குரல் இருந்தால் அவளுக்கு ஒரு தைரியம். எங்கள் வீட்டுப் பெண்ணாய் வளர்ந்துட்டும் போறாள். என்ன சொல்றே? இந்தா, உன் 'செல்ல'த்தி லிருந்தே வெற்றிலையும் பாக்கும் எடுத்துவரச்சொல்லு இந்தா பிடி; இதுவேதான் நிச்சயதாம்பூலம்; அப்புறம் கூடத் தேவையில்லை; பருப்புத் தேங்காய் ரெண்டு உனக்கு மிச்சம்..."

"என்ன மாமா இது?"

"எனக்கே தெரியல்லே. என்னவோ இந்த நிமிஷம் எனக்கு இப்படித் தோணறது. இம்மாதிரி விஷயம் இப்படித் தோன்றினால் இது நம் சித்தம் இல்லை. கடவுள் சித்தம் பேசறது என்றுதான் கொள்ளணும். இந்த வேளை இப்படி நேர்ந்ததே, இதன் முகூர்த்தம் என்ன என்று இனிமேல்தான் நானே வீடுபோய் சுவடி பார்க்கப் போறேன். ஏன் முழிக்கறே, உனக்கு வேற மாதிரி எண்ணமிருந்தால் தயங்காமல் இப்பவே சொல்லிவிடு. உனக்கு இஷ்டம்தானே?"

"என்ன மாமா இஷ்டமான்னு கேக்கறேளே! என்னைத் தொடையிலே நிமிண்டுங்கோ; கெட்டியாகவே நிமிண்டுங்கோ. எங்களுக்கு நல்லகாலம் நிஜமாகவே வந்திருக்கிறதா, கனவு காண்கிறேனா? எனக்கு நிச்சயம் பண்ணுங்கோ."

அன்றிரவு கண்ணை மூடிக்கொண்டிருக்கையில் அவள் தூங்கிவிட்டதாகக் கொண்ட அவள் பெற்றோர்களின் பேச்சு காதில் விழுந்தது. ஆனால் சரியாப் புரியவில்லை.

அம்மா, "அந்தப் பிராம்மணன் தாடிக்குள் ஒளிஞ்சிருக்கும் தந்திரம் ஆயிரம். உங்களுக்கும் எனக்கும் என்ன தெரியும்?"

"இருக்கட்டுமே! தெரிந்து நமக்கு என்ன ஆகணும்! அந்த வீட்டில் நம் பெண், பழசோ புதுசோ பசியாது சாப்பிட்டு வயிறு குளிர்ந்திருக்கும். இதைவிட எதிர்பார்க்கவும் நமக்கு என்ன யோக்யதை? பையனையும் குற்றம் குறை சொல்ல இல்லை. நொண்டி, முடம், குருடாயில்லை. அவனே உன் உடன்பிறந்தான் மகனாயிருந்தால் 'என் மருமானைப் போல் உண்டா'ன்னு நீயே ஊருக்குப் பறைசாற்றி உச்சந்தலையில் வெச்சுக் கூத்தாடுவாய், அதுவும் தெரியும்?"

"அனாவசியமாய் அவாளை இழுக்கவேண்டாம்; நம் வரைக்கும் பேசுவோம்."

"தனிப்பட்டு இழுக்கல்லேடீ, உலகம் போற போக்கைச் சொல்லறேன்."

அதே போக்கைத்தான் நானும் உங்களுக்குச் சொல்லறேன். பெண்ணைப் படைச்சவாள் பிள்ளையைத் தேடுவது போக, தானே வலியவந்து பெண் கேக்கற அதிசயத்தைக் கண்டுதான் சந்தேகப்பட வேண்டியிருக்கு!"

"நிறைய சந்தேகப்படு, வேண்டாம் என்கல்லை. ஆனால், உன் பெண்ணுக்கு வேறு எந்த உத்யோகஸ்தனை ஏற்பாடு பண்ணியிருக்கேன்னு நீ சொன்னால் போதும். அவன் எந்தக் கப்பலிலிருந்து இறங்கறான்னு நான் தெரிஞ்சுக்கக் கூட ஆசைப்படவில்லை. நீ சொன்ன சமயத்துக்கு வந்து, நீ கிழிச்ச கோட்டில் நின்று நீ ஏற்பாடு பண்ணியிருக்கிற வரனுக்கே ஜகதாவைத் தாரைவார்த்துக் கொடுப்போம். ஏன் வாயடைச்சுப் போச்சு?"

"என்னவோ நான் கவலைப்பட்டுண்டு கேட்டால் இந்த இடக்குக்கெல்லாம் குறைச்சலில்லை."

"இதோ பார் தாடிக்கு நம்மிடம் ஆகவேண்டிய காரியம் ஒண்ணுமில்லை. நாமாவது கடனாய் வாங்கின ஒண்ணுரெண்டு மரக்கால் அரிசியைத் திருப்பிக்கொடுக்க ஞாபகமாய் மறந் திருப்போமேயொழிய, நம்மிடமிருந்து வாசலில் செருக ஒரு

வேப்பிலைக் கொத்துக்கூட இங்கிருந்து அங்கே போனதில்லை. நிறுத்து சும்மா, வாயைத் திறந்து திறந்து மூடாதே, நான் சொல்லி முடிச்சுடறேன். ஏதோ ஜகா கொஞ்சம் மூக்கும் முழியுமா துருதுருப்பா இருக்காளேன்னு ஆசைப்பட்டிருக்கான். நம் அன்னக்காவடித்தனத்துக்கு நம்மைக் காட்டிக் கொடுக்காமல், தானே பெண் கேட்டு நம் கௌரவத்தை நமக்குக் காப்பாத்திக் கொடுக்கப் பார்க்கறான். மேலும் கீழும் பார்க்காமல் வெளிச்சமா யிருக்கான். ஆனால், வெளிச்சமிருக்கிற இடத்தில் இருளைப் பார்க்கிறதுதான் நம் தொழில்."

"ஏன் பார்க்கக்கூடாது? விளக்கடியில்தான் நிழலும் பெரிசு."

"சரிம்மா, உன்னிஷ்டம்! நெருப்பையே சந்தேகப்படுகிறவள் கிட்டே என்னத்தைச் சொல்ல முடியும், 'விரலை வெச்சுத் தெரிஞ்சுக்கோ'ன்னு தவிர?"

புது வீட்டில் பொற்கனவு நாட்கள் எப்படி ஓடின!

பஞ்சத்திலிருந்து நிறைஞ்ச இடத்திற்கு திடீரென மாறினதும் இத்தனை நாள் அடக்கியும், நீர்த்தும், கருகியும் கனத்துக் கொண்டிருந்த பசிக் கனல் தன் முழு வேகத்தில் மீண்டும் மூண்டது. பாதி இரவில் விழிப்புவந்து, பக்கத்தில் திண்டுபோல் கிடக்கும் உருவத்தைத் தட்டியெழுப்புவாள்.

"மாமீ, பசிக்கறதே!"

"இதோ வந்துட்டேண்டி, கண்ணே!" உடல் சிரமத்தால் முக்கி முனகிக்கொண்டு – ஆனால் துளிகூட மனமோ முகமோ கோணாமல் – மாமி எழுந்து விளக்கைப் பெரிது பண்ணி எடுத்துக்கொண்டு அவளையும் கையைப் பிடித்து அடுக்குள்ளுக்கு அழைத்துப்போய், பழையதைப் பிசைந்து கையில் போட்டு பிடிக்குப்பிடி கீரையும் குழம்பும் ஊற்றுவாள். பழையதா அது? 'கப்பு கப்பு'ன்னு சப்பும் தேவாமிர்தம்னா!

காப்பி வந்து இன்னும் கலவா நாள். இட்டிலி, தோசை, அடை, சாப்பிட்ட வாய்க்குக் கடுக்கு முடுக்கச் சீடை, முறுக்கு, தட்டை.

அவளுடைய கணவன் அவளை வெறுப்புடன் பார்ப்பார் – 'பார்ப்பான்' என்கிறதா 'பார்ப்பார்' என்கிறதா – இன்னும் கணவன் ஆகாத அந்தப் பதிமூணு வயசு வாண்டை? "இந்தப் பகாசூரியை எங்கேயிருந்து அம்மா பிடிச்சுண்டு வந்தே?"

"சீ கழுதை! போ வெளியே. பொம்மனாட்டிகள் சாப்பிடற இடத்தில் உனக்கென்னடா வேலை? இனிமேல் குழந்தையை அசதிமறதியாய்க்கூட உன்னோடு உட்கார வைக்கக் கூடாது?"

மெத்தென்ற தூக்கம் தன் குவிந்த இதழ்களுள் அவளை அழுத்தி, அரை நினைவிலும் கால் நினைவிலும் தொட்டிலாட்டுகையில், பட்டுப் போட்டு மூடியது போன்ற குரல்கள் மேலின் தூரத்திலிருந்து எட்டும்.

"அழகாயிண்டு வரது இல்லை? இப்போத்தான் உடம்பில் சதைப்பிடிக்க ஆரம்பித்திருக்கிறது. போகப் போக..."

"உஷ்! ஒண்ணும் சொல்லாதேங்கோ. தூங்கற குழந்தையைப் பார்த்து மகிழக்கூடாதுன்னு சொல்லுவா – பாவம்!"

அவள் உடலைப் பரிவு துடிக்கும் விரல்கள் தடவும். அவளுக்கு அப்பவே தோன்றும்: தனக்குப் போட்ட ஊட்டத்தினும் அவ்விரல்களின் தடவலில்தான் வளர்ந்தாள்.

ராமர் அணிலைத் தடவினாரே அது மாதிரி.

சாப்பிட்டப்புறம் மாமா கதை சொல்வார் பார்த்துக்கோ, அம்மாடி! அந்த ஸ்வராஸ்யம் குளிர் எடுக்கிற மாதிரி மண்டை மயிர், உடம்பு ரோமம் எல்லாம் கம்பியாய் விறைச்சுக்கும். போர்த்திக்கொண்டால்கூடத் தேவலை. ஆனால்,

"காலைப் பிடிக்கிற கணக்குப் பிள்ளைக்கு

ஆறு மாசம் சம்பளம்."

கதை வேணுமானால் காலைப் பிடிச்சாகணும். காலின் கண்ட சதையைக் குத்தியாகணும். முதுகை மிதிச்சாகணும். சதையைப் பிரட்டல், நிமிண்டல், கிள்ளல், உருட்டல், பிடுங்கல், அமுக்கல், குத்தல் இவைகளுக்குப் பரிபாஷையில் தனித் தனிப் பெயர்களும் உண்டாயின.

"குட்டிகளா! ஒரு பத்துக் கண்டங் கத்திரிக்காய் போடுங்கோ!

நாலு வெண்டை

கிழங்கு எட்டு

உருளை ஒன்பது

கரணை மூணு

கும்கும் அஞ்சு – அம்மாடி! பேஷ்! பேஷ்!!"

பங்குச் சண்டை வந்துவிடும். "எனக்கு வலது கால், உனக்கு இடது கால்..."

ஒரு நாள் கதை சொல்லும் வேளையில் அவளுக்கு என்ன தோன்றிற்றோ, தெரியவில்லை; திடீரென மாமாவின் தாடியை பிடித்து உலுக்கினாள்.

"அரேரே, என்னடி பண்ணறே? காலைப் பிடிக்கச் சொன்னால் கழுத்தை ஏண்டி பிடிக்கறே?"

"இல்லை மாமா, தாடிக்குள்ளே என்ன இருக்குன்னு பார்த்தேன்."

"ஏன், என்ன இருக்கும்னு எதிர்பார்க்கறே?" மாமா கொஞ்சம் மிரண்டுதான் போனார். தாடியைச் செல்லமாகக் கோதிக்கொண்டார்.

"இல்லை மாமா! அம்மா அப்பாவிடம் சொன்னாளே! 'உங்கள் தாடியிலே நீங்கள் ஆயிரம் தந்திரம் ஒளிச்சு வெச்சிண்டிருக்கேள்'னு!"

ஒரு கணம் திக்பிரமை பிடித்து, அவள் சொன்னது ஊறியதும் சிரிக்க ஆரம்பித்துவிட்டார்.

"ஒஹ்ஹோஹ்ஹோ! அப்படியா சொன்னாள்? அப்படியா? ஹோ... ஹோ..!" தீர்த்தப் பத்திரம் அதிர்ந்தது. "ஏய், யாரங்கே? இங்கே வாயேன். இந்த வேடிக்கையைக் கேளேன்! ஹோ ஹோ ஹோ...!" மாமாவுக்குப் புரைகூட ஏறிவிட்டது. ஆனால், சிரிப்பு ஓயவில்லை. அதில் என்னதான் அவ்வளவு வேடிக்கை இருக்கிறதோ?

தின்பண்டங்களை மாமி ஒரு பாண்டத்தில் போட்டு அவளிடம் கொடுத்து, அவள் தாய் வீட்டுக்கு அனுப்புவாள்.

"மூடி எடுத்துண்டு போ. ஆமாம்; எதையும் மூடிண்டு போகணும் திறந்தால் போச்சு. என்ன சொன்னேன், திருப்பிச் சொல்லு! ஆ, அதுதான்! மூடினால் சூ மந்திரக்காளி – திறந்தால் காக்கா ஊஷ், காணாமல் போச்சு!"

மூடின பண்டத்தோடு இன்னும் ஏதோ அவளுக்கே புரியாதது, கண்ணால் காண முடியாதது, ஆனால் படு முக்கியமானதை மூடிச் செல்வதாய் தியானம். வீடு போய் ஏனத்தை மூடிய துணியையோ தட்டையோ எடுக்கையில் தன் தியானத்தின் பொருளைத் தேடுவாள். ஆனால், அதுதான் திறந்ததும், காக்கா ஊஷ், காணாமல் போயிடுத்தே!

பையனுக்கும் பெண்ணுக்கும் அடிக்கடி சண்டை வந்துவிடும். அதுவும் அவளுக்கு மூக்கைப் பொத்துக்கொண்டு பல்லைக் கடித்துக்கொண்டு வரும் கோபத்தைப் பார்க்கணுமே! மூக்கு, நெற்றி, காது, கன்னம், கண்டம், பிடரி எல்லாம் குங்குமம் குழம்பிவிடும். விழிகள் நெருப்பைக் கக்கும்.

"ஏய், யாரங்கே, இது எல்லைத் துர்க்கையடி!"

ஒரு சமயம் கதைவேளை; இரண்டு பேருக்கும் "எனக்கு முதுகு, உனக்குத் தோள்" என்று சண்டை வந்து, அவளுக்கு மூர்க்கம் மண்டைக்கேறி, அவனை மார்பில் ஓங்கி அறைந்து விட்டாள். பையன் இரண்டு இருமல் இருமி அப்படியே குப்புற அப்பாவின் மார்பில் சாய்த்துவிட்டான்.

"அடி, கொலைகாரி!"

மாமா அப்பவே அப்படியே பையனைத் தூக்கிக்கொண்டு வைத்தியன் வீட்டுக்கு ஓடினார்.

என்ன குழந்தை, இப்படி அடிக்கலாமா?"

மாமாவின் வெசவு உறைக்கவில்லை. ஆனால் மாமியின் விசனம் சகிக்க முடியவில்லை. ரோசமும் பயமும் கூடி ஓடம் போன்ற மாமியைக் கட்டிக்கொண்டு, "இனிமேல் அடிக்கவே – ஏ – ஏ – மாட்டேன், மாமி! அடிக்க மா – ட் – டே – ஏ – ஏன்."

பரிவான, கவிதை நிரம்பிய கரங்கள் கூந்தலைக் கோதின. அன்றிரவே அவளுக்கு ஜுரம் வந்துவிட்டது. மூர்ச்சையில் மூழ்கிப்போனாள். புரியாத பேச்சுக்களும் அப்பேச்சுக்களைப் பேசும் அடையாளம் தெரியாத குரல்களும் வெறும் சப்தத் துணுக்குகளாய் மேலே மிதந்தன. பிறகு, அலையும் அமுங்கி, எங்கும் நீலமயம், இதமான அசைவற்ற நீலம். அதனுள் மறைந்தவை நிமிடங்களோ, நாட்களோ, மாதங்களோ, வருடங்களோ!

நீலம் நலுங்கிப் படபடத்து, உள்ளிருந்து நினைவு புலர்ந்ததும், அம்மா, அப்பா, மாமி, மாமா இன்னும் வேறு முகங்கள் தன்னைச் சூழ்ந்திருக்கக் கண்டாள். ஜுரத்தில் பெரிதாகிவிட்ட கண்கள் எதையோ தேடின. அவள் தாயின் முகம் முன் நீட்டிற்று. "இதோ இருக்கேனே! ஜகதா....."

"ரகுவுக்கு உடம்பு சரியாயிருக்கா?"

நினைவின் அழுந்தலிலிருந்து விடுபட்ட அவளுடைய முதன் முதல் வார்த்தைகளே அவைதாம்.

"ஏய், ஜகா! என்ன பண்ணறேடீ?" ரகு முகம் மற்றவர்களைத் தள்ளிக்கொண்டு எட்டிப் பார்த்தது.

"ஜகதா வா, நம் ஆத்துக்குப் போகலாம். நான் மெதுவா தூக்கிண்டு போயிடறேன்."

அம்மா முகத்தில் கவலைக் கோடுகளுடன் சிறு கடுகடுப்பு கலந்திருந்தது. யார் மேல்?

அவள் பார்வை, சுற்றியிருந்த முகங்கள் மேல் ஒவ்வொன் றாகத் தயங்கித் தயங்கி, கடைசியாக, மாமி மேல் தங்கிற்று. அவள் கை, மாமியின் கையை நாடி அதைப் பிடித்து, அதனுள் அடக்கமாய், குருவிக் கூட்டுக்குள் குருவிபோல் புகுந்துகொண்டது.

"இல்லே, மாமிக்கு இஷ்டமானால் இங்கேயே இருக்கேம்மா."

மாமி முகம் உருகலில் உள்விண்டது.

"ஏன் கண்ணே, என் செல்வமே, என் ராஜா, என் தவமே! எங்களோடயே இருடீ... எங்களை விட்டுடாதேடீ!"

அழுகையின்கீழ், தன் பக்கத்தில், கட்டிலண்டை, மாமி படிப்படியாய் அமிழ்கையில், கோபுரமே உட்காருவது போல் இருந்தது.

16

மாமியின் பெரிய உடம்புக்கு கைகளும் கால்களும் சின்னவை – ரொம்பவும் சின்னவை. அக்கூண்டு கால்கள் எப்படி மாமியைத் தாங்கறது! கோழிக்கால்கள்.

ஆனால், அவளுக்கு ஆசை மாமியின் மேல்தான். சாப்பாடு ஆனபிறகு அலுவல்களில் உழன்ற அசதி தீர உடலைப் புரட்ட மாமி ரேழி வாசற்படியில் தலையை வைத்து, கூடத் தாழ்வாரத்தில் காலை நீட்டுவாள்.

அப்போது மாமியின் கையை இழுத்துத் தன் மடியில் வைத்துக்கொண்டு விரல்களைப் பிரித்து அழகு பார்ப்பாள். மெத்து மெத்தென்று பஞ்சுபோன்ற விரல்கள் ஒவ்வொன்றையும் தனித் தனியாய்த் தொட்டு, வெண்டைக்காயைப் பிஞ்சு பார்ப்பது

போல் லேசாய் அழுத்தி, பிறகு கையை எடுத்துத் தன் கன்னத்தில் பதித்துக் கொள்வாள்.

ஒரு நாள் தான் என்ன சொல்கிறாள் என்று தெரியாமலே "அத்தை, உங்கள் கையை பார்த்தால் எனக்கு ரொம்ப ரொம்ப ஆசையாயிருக்கே, எனக்கு தந்துடறேளா?" என்றாள்.

அத்தை முகம் மாறிற்று, அதில் புத்தொளி வீசிற்று, புதுக் கருணை வழிந்தது. எழுந்து உட்கார்ந்து அவள் முகத்தைத் தன் கையில் ஏந்திக்கொண்டாள்.

"குழந்தை, நீ நிஜமாகவே சமத்து. அதைத்தான் செஞ்சுண்டிருக்கேன். எனக்கப்புறம் என் கை ரெண்டையும் உன்னிடம்தான் விட்டுட்டுப் போகப்போறேன்."

மாமியின் கைகள் அவள் உச்சந்தலையில் ஆரம்பித்து நெற்றியை ஒதுக்கி, கன்னங்களை வருடி, அப்படியே கழுத்தில் வழிந்து தோளை உருவி, இறங்கி உடலைத் தடவி பாதத்தண்டை வந்ததும் மாமி அவள் பாதங்களைத் தொட்டுத் தன் கண்களில் ஒற்றிக்கொண்டாள்.

மாமி அப்படிப் பார்க்கும்போது மாமிக்குக் கண்கூடத் தான் அழகாயிருக்கு!

மாமியை அத்தையென்று அழைக்க ஆரம்பித்தது என்றிலிருந்து என்றுகூட ஞாபகமில்லை. என்றோ மாமியென்று நினைத்து அத்தையென்று வந்தது. அதுவேதான்.

அத்தையை அம்மாவென்றே அழைக்க இஷ்டம்தான். ஆனால், ஏனோ அத்தைக்கு, 'அம்மா' பாந்தமாயில்லை. மெலிந்து, இன்னும் வறுமையில் மெலிந்துகொண்டேயிருக்கும் தன்னை ஈன்றவளையும் அத்தையையும் எப்படி 'அம்மா'வில் ஒன்றாக்குவது!

ஆனால், அத்தையின் உபதேசம்தானோ, அல்லது அவளுடன் ஒட்டுதலின் மிகைதானோ, அவளுக்கு சொந்த வீட்டு நினைவு அதிகம் இப்போது எழவில்லை. அத்தையாகவே, "என்ன அம்மாவை மறந்துட்டியா?" என்று சொல்லி அனுப்பி வைத்தாலொழிய தானாகவே நினைப்பெடுத்துப் போகும் எண்ணம் தானே தவிர்ந்தது.

"ஏன், அந்த இடத்து உப்புத் தண்ணியும் அதிகமாய் ஊறிப்போயிடுத்தோ?"

பாதி கேலி, வினையாய் அம்மா – அவள் முகம் பாராமல் அவள் ஏந்திய ஏனத்தின்மீது கண்ணோடு கேட்கையில் –

அவளுக்குத் தன் குற்றம் உறுத்தும். ஆனால் அம்மா ஏனத்தைப் பார்த்துக்கொண்டே அப்படிக் கேட்பது அவளுக்கு எரிச்சலாய் வந்தது.

ஒருநாள் வேடிக்கைக்காகவே, உள்ளே புகுமுன் ஒழுங்கைப் பிறையில் பாத்திரத்தை ஒளிந்து வைத்துவிட்டு உள்ளே வந்தாள். வீசும் வெறும் கையைக் கண்டதும் அம்மாவின் முகக்கடுப்பில் ஒளிவு மறைவுகூட இல்லை. "கோவில் மாடுமாதிரி தும்பு இல்லாமல் சுத்திண்டு இங்கே என்ன கொட்டி வெச்சிருக்குன்னு மேய வந்தயா?" என்று பேச்சிலும் விஷம் சிந்தியதும் அந்தப் பேய்க் கோபம் பட்டாசுத் திரிபோல் மண்டைக்கு ஏறி எரிந்தது. ஏனத்தை மறைவிடத்திலிருந்து எடுத்து வந்து, பண்டம் சிதற, அம்மா எதிரே முற்றத்தில் வீசியெறிந்தாள்.

"உனக்கு வேண்டியது இதுதானே?" என்று கத்திவிட்டு ஓடிவந்துவிட்டாள்.

எவ்வளவு முயன்றும் இந்தக் கோபம்தான் சொன்ன பேச்சு கேட்கவில்லை. குகையில் உறங்கும் சிங்கம் எந்தச் சமயம் எந்தத் திக்கில் எப்படிப் பிய்த்துக்கொள்ளுமோ?

அடுத்த தடவை அவள் வந்திருந்தபோது அம்மா புத்தி சொன்னாள். அம்மா சொன்னதைக் கேட்டுக்கொள்ளும் பதவிசில் அந்தச்சமயம் அவளும் இருந்தாள்.

"ஜகா, உனக்கு இவ்வளவு மெலிசுத்தோல் கூடாது. நாமெல்லாம் பெட்டை ஜன்மண்டீ! தோல் ரொம்ப ரொம்பத் தடிப்பாயிருக்கணும். அநியாயங்கள் எத்தனையோ நடக்கும், எவ்வளவோ கேட்டுக்கொள்ளும் படியாயிருக்கும். தொட்டத்துக் கெல்லாம் முறுக்கிண்டு முருங்கை மரத்தில் ஏறிண்டால்? எல்லைதான் எங்கே? காளிக்கும் எல்லை வச்சிருக்குடி! என் இல்லாக் கொடுமையை எல்லாரிடமும் சொல்லிக்க முடியாமல் ஏதோ நான் கத்தினால், நீ என்னைக் 'கருடா சுகமான்'னு கேக்கறையா? உன்னைப் பெத்தவள்டி நான். என் சதையிலிருந்து பிய்ச்செடுத்த சதை நீ; மறந்துடாதே. நீ இங்கேயிருந்தாலும் கல்லையோ மண்ணையோ போட்டு வளர்த்து, எப்படியோ உன்னை ஒக்கப் பண்ணியிருப்பேன் சும்மா விட்டுடமாட்டேன், தெரிஞ்சுக்கோ. இந்த கோவத்தை வெச்சுண்டு நீ எனக்கும் நல்லபேர் வாங்கி வைக்கப்போறதில்லை. இப்போ மேட்டிமையா வளர்ரயே அந்த வீட்டையும் விளங்க வைக்கப் போறதில்லை."

ஆனால், இதுவரை, அத்தை அவளைத் திருத்த முன் வந்ததில்லை. அவளுக்கு அது ஆச்சரியமாயிருந்தது. ஏன்? அத்தை சொன்னால் கேட்க மாட்டேனா? ஆனால், அத்தை புத்தி சொல்வதில்லை. ஆனால், சில சமயங்களில் அத்தையின் பேச்சு அவளுடைய அந்தரங்க எண்ணங்களுக்குப் பொருத்தமாய் அமையும். அத்தையிடம் மாமா ஏதாவது தன் பெருமையைப் பீற்றிக்கொண்டு வந்தால், அத்தை பொதுவாய்ச் சொல்வாள்:

"யாரையுமே சோதிப்பது கூடாது. அது மகா பாபம். சிங்கம் தன் குகையில் படுத்திருந்தால் அதன் வாலை முறுக்கிச் சீண்டுவானேன்? அப்புறம் அது என்னை அடிச்சுத் தின்னுடுத்துன்னு அதன் வயத்துள்ளிருந்து முறையிடுவானேன்? தூங்கறது தூங்கட்டுமே! தட்டி எழுப்பினால்தானே ஆபத்து!"

"'சிங்கமும் மானும் ஒண்ணாய் ஒரே ஜலத்தைக் குடித்தது. தவளைக்குப் பாம்பு குடை பிடித்தது.' இந்த ராமராஜ்ஜியப் பேச்சைப் போட்டுப் பூசறையா? எலே இது கலி! நம் ராஜ்ஜியம் ராமராஜ்ஜியம் இல்லை. தெரியுமோன்னோ?"

"ஒருத்தர் வழிக்கு ஒருத்தர் போகாதவரை என்னிக்குமே ராமராஜ்ஜியம்தான்."

மாமா விடாமல் தானே கேள்வியும் பதிலும் போட்டுக் கொண்டு பக்க பலத்துக்குக் கோபம்கொண்டு இரைந்து கொண்டிருப்பார். ஆனால், அத்தை மறுபடியுமோ எதிரோ பேசாள். சொன்னதைச் சொன்னபின் அத்தை ஊமைச் செவிடு.

நாளடைவில் தானே அறிந்துகொண்டாள்.

ஜகதா அதிகாலையில எழுந்திருப்பாள்.

பல் துலக்குவாள்.

கடவுளைத் தொழுவாள்.

பாடல்களைப் படிப்பாள்'

என்கிற முறையில் அத்தையிடம் தனியாய்ப் புத்தி படிப்பித்தல் கிடையாது. ஆனால், அங்கங்கே வெல்லத்துள் பதித்த பஸ்பம், மண்ணுள் மறைத்து விளையாடும் குச்சியெனக் கண்ணுக்கெதிரே செயல் நடுவே சொல், சொற்களிடையில் செய்கை, ஒரு சைகை, ஒரு புன்னகை, ஒரு கோடி, மனசை இன்பத் திகைப்பில் மயக்கி, உடலின் உள்ளுணர்வில் ஊறும் அவைகளின் ரகஸ்யத்வனி எங்கே, எப்பொழுது விழுந்தது என்றுகூடக் கண்டுகொள்ள முடியாது.

எல்லாத்துக்கும் ஒத்ததாய் அத்தை சூத்திரம் ஒன்று சொல்வாள்.

"பிடிச்சாள் தின்னு (குடி);

பிடிக்காட்டா குடிச்சு (கடிச்சு) முழுங்கு;

அப்படியும் உள்ளே போகாட்டா

'தூ'ன்னு துப்பி எறி."

ஆனால், பிடிக்காத பண்டம் என்று அவளுக்குக் கிடையாது, எதையும் கொள்ளும் அவள் வயிறு, பெட்டை ஜன்மத்துக்கு நாக்கு தீட்டல் என்ன? இந்த விஷயத்தில் அம்மா சொல்லும் புத்தி கடைபிடிக்க சௌகரியமாயிருந்தது.

அவள் பெரிதாய் சிந்தனை செய்யும் வயதினளல்லள். அரண்மனையில் ஆரம்பிச்சு குப்பை மேட்டைச் சுற்றி சுற்றி வரும் யோசனையின் ஓட்டம் யாருக்கு வேண்டிக் கிடக்கு? அதான் தனக்கும் சேர்த்து ரகு பண்ணறானே போறாதா? எத்தனை தரம் ரகுவின் பின்னால் போய், "பே"ன்னு கத்தி அவனைத் திடுக்கிட வைத்திருக்கிறாள்!

ஆனால், யோசனைக்கு முதலில் நேரம் எங்கே! வேலை இல்லாதவாளுக்குன்னா யோசனை!

தானாவே இலைபோட்டு ஜலம்வைக்க ஆரம்பித்தது, விளையாட்டாகவே வேலை இலை இலையாய் மேல் ஏறி, ஒருநாள் அடுப்பைப் பார்த்துக்கொள்ளச் சொல்லிக் கூடத் துக்குப் போன அத்தை திரும்பி வருவதற்குள் தானே கஞ்சியை வடித்து வெண்கலப் பானையை நிமிர்த்தும் நிலை வந்துவிட்டது. அத்தை திரும்பி வந்து இரண்டு பருக்கைகளை நிமிண்டிப் பார்த்துவிட்டு நேரே அவளிடம் வந்து முகத்தை இரு கைகளாலும் தடவி நெற்றியில் தெறித்துக் கொண்ட பின், "இனிமேல் நான் இல்லாத சமயத்தில் இந்தக் காரியம் செய்யாதே" என்று சொல்லிவிட்டுக் கிணற்றடிக்குப் போய்விட்டாள்.

பாவாடையும் சொக்காயுமாய், நெற்றி வேர்வை துளிக்க, லேசாய் மூச்சிறைக்க அறை நடுவே அப்போ நின்றதை மறுபடி காண்கிறாள்.

குடும்பம் சிறிதென்றபோதிலும் போவோர் வருவோர் வந்து உண்போர் வேணபேர் உண்டு. ஆகையால் வேலைக்குக் குறைவில்லை.

மாமாவுக்குப் புத்தி கிறுக்கு.

நினைத்துக்கொள்வார். "இந்தக் குடும்பம் வேள்வி செய்த குடும்பமாக்கும்!" என்று கூடத்தின் சுவர்களுக்கு மாரைத் தட்டிக்கொள்வார். உடனே ஔபாசனம், மூக்கைப் பிடித்தல், நேம நிஷ்டை, பூஜை புனஸ்காரம், ஆசாரம், அனுஷ்டானம் எல்லாம் அமர்க்களம், 'சுப்ரமண்ய ஸ்வாமிக்கு லக்ஷார்ச்சனை என்று வேல் நட்டு, வீடு அமர்க்களப்படும். நள்ளிரவில்கூட இடுப்பில் ஒரு துண்டை மாத்திரம் கட்டிக்கொண்டு வேலுக்கெதிரே ஜபம் செய்துகொண்டு உட்கார்ந்திருப்பார். திடீர் திடீர் என்று வயிற்றைக் கலக்குகிற மாதிரி "வேலாயுதம்! வேலாயுதம்!" என்று கத்துவார், கூவுவார், ஊளையிடுவார்.

ஆனால், எடுத்த காரியம் முடியுமுன் இருந்தாற் போலிருந்து திடீரென எல்லாம் படுத்துவிடும். எத்தனை எழுப்பினாலும் புரண்டு கொடுப்பதோடு சரி. குழந்தைகள் எழுப்பப் போனால், தூக்கம் கெட்ட ஆத்திரத்தில், யாரென்றுகூடப் பாராது அறைந்துவிடுவார். பிறகு, அத்தை மடியாதலால், மடிக்கொம்பால் மாமா தோளில் குத்துவாள், அந்தப் போராட்டம் குஷியாயிருக்கும்.

"தூங்கற சிங்கத்தை எழுப்பாதே!" மாமா கர்ஜிப்பார்.

"ஓஹோ! அப்படியா? தூங்கறது சிங்கமாயிருந்தால் நீங்கள் சொல்றது சரிதான்!" என்று அத்தை இன்னும் இரண்டு தடவை கம்பால் நெம்புவாள். "வாசலில் பூக்காரன், சாஸ்திரிகள், மேளக்காரன் எல்லோரும் காத்திருக்கா; அவாளுக்கு ஜவாப் சொல்லிட்டு அப்புறம் ஸ்வாமி பள்ளி கொள்ளட்டும்."

சாப்பிட்டானதும் சாவகாசமாய்,

"எலே, இதெல்லாம் என்ன தெரியுமா? அத்தனையும் உலகத்துக்கு. அவன் இங்கே இருக்காண்டி! இங்கே... இங்கே..." மறுபடியும் மாரைத் தட்டியாகும்.

"நான் மறந்தாலும் அவன் என்னை மறக்க முடியாது. கொண்டாடாவிட்டால் தெய்வம் ஏது? 'உன்னைப் போல் உண்டா!' என்று தூபம் போட அதற்குப் பக்தன் வேண்டும். அப்போத்தானே அதுவும், 'என் தொண்டனுக்கு நான் அடிமை' என்று சொல்லிக்க முடியும்? எல்லாம் பரஸ்பர புகழ்ச்சிதானே! உலகம் பரஸ்பரமயம் – 'எங்கிருந்து வந்தோம்! ஏன் வந்தோம்? எங்கே போகிறோம்? நான் யார்?' இந்தக் கேள்விகளும் அதுகளுக்குப் பதிலும் எல்லாம் இதற்குள்தான் அடக்கம் வேலாயுதம்! என்ன சொல்றே, குட்டி?"

அசட்டுச் சிரிப்புடன் தலையாட்டுவது தவிர பதில் என்ன தெரியும்? அத்தை பதிலே சொல்ல மாட்டாள்.

தானே சிந்தனை செய்யும் வயதினளல்லள். ஆயினும் ஒரு சமயம் பேச்சுவாக்கில், "அத்தை, மாமா என்னென்னவோ சொல்றாளே, அதெல்லாம் என்ன?" என்று கேட்ட போது, அத்தை ஒரே பேச்சில் முடித்துவிட்டாள்.

"அதெல்லாம் புருஷ சாமர்த்தியங்கள். ஆயிரம் வித்தைக் காரர்களின் கவலை. (ஓஹோ! அம்மா 'தாடிக்குள் ஆயிரம் தந்திரம்'னு சொன்னாளே! தந்திரம், வித்தையெல்லாம் ஒண்ணுதானோ?) நாம் எல்லாம் ஒரே வித்தைக்காரர் – தத்தரே பித்தரே. அவாளெல்லாம் கரையேற வழி கண்டு பிடிக்கறாளாம்! அந்தக் கவலையை அவாளே படட்டும்; நமக்கு வேண்டாம். அவாளுக்கு நேருவது நமக்கு நேரட்டும். தாழ்வாரத்துக்கு விடியாமல் கூடத்துக்கு விடியாது. கரையேறுவதுன்னு ஒண்ணு இருந்தால், அவாள் மேல் துண்டையோ பூணூலையோ அரைஞாணையோ பிடிச்சுத் தொங்கிண்டு நாமும் ஏறிடலாம். அதுவரைக்கும் நம் கவலை என்ன தெரியுமோ? ரஸத்துக்கு உப்புப்போட மறந்துட்டேனா? மறதியாய் மறுபடியும் போட்டுட்டுனா? குழம்புதான் சரியா வெந்ததோ?"

அத்தை முடிஞ்சவரை வெளிச்சமாய்ப் பேசியது இவ்வளவு தான். ஆனால், அதிலிருந்து அவள் புரிந்துகொண்டதை, புரிந்துகொண்டமட்டும், அவளைவிட நன்றாய்ப் புரிந்து கொள்ள முடியாது.

சேவல் கூவி எழுந்தது முதல், 'அக்கடா'ன்னு அத்தை பக்கத்தில் விழும் நேரம்வரை, இன்று ஒரு நிமிஷமும் வீணாக வில்லை எனும் உணர்வில் இருக்கும் வெற்றி, உழைப்பில் பரவசம், அது எவ்விதம் என்று அவள் அறிவாள்.

அதிகாலையில் கிணற்றடியில் குளித்துவிட்டு முதுகிலும் தோள்களிலும் ஜலம் துளிதுளிக்க, முகம், கைகால்களில் மஞ் சள் பளிச்சிட, உடேலாடு ஒட்டிய ஈரத்துணியுடன் நிற்கையில் உடலும் உள்ளமும் வேறுபாடில்லாது, நெஞ்சையும் மிஞ்சும் தூய்மை என்னவென்று அறிவாள்.

ஓடும் ஜலத்தில் துளையும் களிப்பு என்னென்று நெஞ்சின் துள்ளலில் அறிவாள்.

“அட, பாகற்காயை இப்படிச் சுருள் வதக்கி, அதன் கசப்பை எடுக்க எப்படித் தெரிஞ்சுது? தேர்ந்த கையிலும் தீர்ந்த கையாயிருக்கே!” என்று மெச்சி மாமி நாக்கை நீட்டிக்கொண்டு குழம்பைத் தொட்டு தொண்டை வரைக்கும் இழுத்து நக்குகையில், அவள் சுகானுபவம் எப்படியென அது தன்னில் தூண்டும் மகிழ்ச்சியில் அறிவாள்.

கொல்லையில் குருவிகள் தத்திக் கத்தி விளையாடுகையில் தான் கண்ணை மூடிக்கொண்டதால் அவை ஏமாந்ததாய் நினைத்து, சோம்பிய உடல் திடீரென விர்ரிட்டுப் பாய்ந்து குருவி தப்பி, தான் ஏமாந்து நிற்கும் பூனையின் பரிதாபம் எப்படியென்று அக்காட்சியைக் கண்டு தன்னின்று பீறிட்ட சிரிப்பில் அனுபவித்திருக்கிறாள்.

“அடி குழந்தை, இன்னிக்கு தள்ளலேடி” என்று சொல்லி மாமி இடுப்புச் சாவியை அவளிடம் கொடுத்துவிட்டு விசுப் பலகையில் படுத்ததும், “அதுக்கென்ன, நான் பார்த்துக்கறேன் அத்தை!” என்று அப்பெருந் தோள்களினின்று தன் இளந்தோள் களில் வாங்கிக்கொள்ளும் அன்றைய தினத்துக் குடும்ப பாரம் இன்னதென்று தன் நெஞ்சில் விம்மும் பெருமிதத்தில் அறிவாள்.

புதிதாய்ப் பிறந்த கன்றைக் கழுத்தில் மாட்டிக்கொண்டு இடையன் முன்போக பின்னால் தொடரும் தாய்ப்பசுவின் கண்ணில் உருகும் பரிவு என்னென்று தன்னுள் நேரும் தன்னுருகலில் தானறிவாள்.

மற்றொரு சமயம் இடையன் கழுத்தில் மாட்டிய கன்றின் கால்களும் வாலும் கழுத்தும் உயிரற்றுத் தொங்கும் லொடலொடப்பைத் தன் நெஞ்சில் பொறி வைத்திடும் அச்சத்தில் உணர்வாள்.

மாமா திண்ணையில் மகனுக்கு ஏதோ பாடம் சொல்லிக் கொடுக்கிறார். பொறுமையிழந்து பிள்ளையின் தோளில் அறைகிறார். தன் வயிற்றின் சுரீலில் அறையின் வலியை அறிகிறாள். ஏன் இப்படி அடிபடறான்? மேலே ஒரு சொக்காயாவது போட்டுக்கப்படாதா?

ஐயோ வலிக்கிறதேன்னு வாய்விட்டு அழக்கூடாதா? முகம் சிவக்க கண் திகைக்க இப்படி ஊமையா உட்கார்ந்திருக்கணுமா? என்றும் தோன்றுகிறது.

பிறகு மாமாவே மனம் பொறுக்காது தான் அடித்த இடத்தைத் திருட்டுத்தனமாய்த் தடவுவது கண்டு அவர் இரங்கலை தன் நெஞ்சை ராவும் கேவலிலும் அறிவாள்.

மாலைவேளை; மேல்வான் பற்றியெரியும் தீயின் குளுமையைத் தன் நெஞ்சு நெகிழ்ச்சியில் அறிவாள்.

ஒருநாள், கொல்லையில் கிணற்றடியில் ஒரு பூ கிடக்கக் கண்டாள். ஒரு சிறிய சொம்பளவுக்குக் கண்ணைப் பறிக்கும் சிவப்பான இதழ்கள் தென்றலில் நலுங்கி, பூ அவளை வா வா என்றழைத்தது. அதை வியந்து கையிலெடுத்ததும், திடீரென்று உடல் பரபரத்தது. சொல்லொண்ணாப் பீதியும் பழக்கமில்லா வெட்கமும் கண்டது.

"அத்தை!"

அத்தை புன்சிரிப்புடன் வந்து, அவள் நெற்றியில் குங்கும மிட்டுக் கையைப் பிடித்து உள் அழைத்துச் செல்கிறாள்.

"குழந்தை, இனிக் கொஞ்ச நாளைக்கு நீ உன் தாய் வீட்டில் இருக்கணும்" என்கிறாள்.

பிறகு ஒரு நாள் கெட்டிமேளம் கொட்டுகிறது. "கெட்டி, கெட்டி, இன்னும் கெட்டி!" மேளத்துள் சலங்கை 'கல்' 'கல்' என்று குலங்குகிறது. மங்கள ஆரவாரத்தில் செவி பொழி கின்றது. கழுத்தைச் சுற்றி மஞ்சள் கயிற்றின் முடி விழுகிறது. மேலே பூமாரி பொழிகின்றது, தன்னை மறந்த நிலையில் கண்களில் பார்வை கணம் மறைந்து இருள் நிறைகின்றது. உடனே அவ்விருளைக் கலைத்து அதன் மேல் நீலம் பெய்கின்றது.

குளிர்ச்சி மிக்க, குணமிக்க,

அருள் மிக்க, தான் நிறைந்த

தன் நீலம்.

17

நீலம், மஞ்சள், ஊதா, அரக்கு, பச்சை, கருப்பு – அவள் எந்நிறமும் பொருந்தும் மேனியாள்.

அத்தை, தான் பகலில் பலகைபோல் மேல்படுத்துக் கொள்ளும் நீளப்பெட்டியைத் திறந்து, விதவிதமான புடவை ஒவ்வொன்றாயும், ஒன்றன்பின் ஒன்றாயும் வெளி எடுக்கிறாள். அவைகளுக்கு இப்பத்தான் வேளை வந்தது.

"தினப்படியே கட்டிக்கோ, கண்டு மகிழறேன். எனக்கு முடியல்லே. நான் கட்டிக்கற வயசு தாண்டியாச்சு. இடுப்பை அறுக்கிறது. விதவிதமா கட்டிக்கொள். இன்னும் கொஞ்ச நாளைக்கு இஷ்டப்படி கட்டிக்கலாம். அப்புறம்தான் இருக்கவேயிருக்கு."

ஒரு புடவையின் வாகு அவளைச் சிறு கூடாய்க் காட்டுகையில், அத்தை 'ஆனைக்கா அம்மன்' என்பாள். இன்னொன்று பாரியாகக் கட்டினால், 'காஞ்சி காமாக்ஷி' என்பாள்.

மாமா தாடியைக் கோதியபடி திண்ணையில் உட்கார்ந் திருக்கிறார். சரிந்த புருவக் காடுகளுள் தணல் விழிகள் ஒளிந்தபடி தன்னைக் கவனிப்பதை உணர்கிறாள். இப்போது அவர் அவளுடன் பேசுவதில்லை. அவர் நெற்றி சுருங்குகிறது. இப்போ என்ன குழப்பம்? எந்தப் புதுக்கவலை அலைக்கிறது? அவளைச் சோதிக்கிறாரோ? அல்லது தன்னையேவா? என்ன சோதிக்கிறார்? தாடிக்குள் ஆயிரம் யோசனையில் எந்த யோசனை.

"பீதாம்பரம் வீட்டுப் பெண்ணாடி? தேய்ஞ்சு மாஞ்சு தோலாய் இருந்தது. அடையாளமே தெரியவில்லை, பார்த்தையோன்னோ?"

"அவள் மாமியார் பெருமை அடிச்சுக்கற மாதிரி

அம்பாள் தேஜஸ் அடிக்கிறதே!"

"தேஜஸுக்கு அவாத்துலே கேக்கணுமா? தழையத்

தழைய மாமிக்குத்தான் குறைச்சலா? யாகம்

பண்ணின குடும்பம்னா!"

தன்னில் நேர்ந்துகொண்டிருக்கும் தன் மலர்ச்சி பிறரை விதவிதமாய் பாதிப்பது காண்கையில், அதனால் நெஞ்சு கிளறும் நாணம் கலந்த மகிழ்ச்சியில் உள்ளமும் உடலும் பூரித்தன.

வேளையில் பூப்பதன்றி ஒடுங்கல் உண்டோ? வேளை முறை அவளை வெற்றி கண்டது. வேளையின் முறை நெறியின் முறை ஆதலின், வேளையும் நெறியும் ஒன்றி, அவளை ஒன்று கொண்ட வெற்றியில் அவள் பொலிவில் புனிதம் நிறைந்தது.

'எனக்கு ஏன் இந்தக் குதூகலம்? வேறு எப்படியும் இருக்க முடியல்லியே!' என்பது ஒரு குற்றமாயின், தன்னைத் தான் அடக்கப் பார்க்கப் பார்க்க, பருவம் பொங்கிற்று.

அங்கங்களில் மாத்திரமல்ல அசைவுகளிலும் செயல்களிலுமே புதுப் புதுப் பாந்தங்கள் வெளிப்பட்டு வாசம் வீசலாயின.

வாளிப்பின் கொழிப்பில் கீதம் ஏதோ முனகியபடி அத்தைக் குப் பரிமாறுகையில், அல்ல வேறு காரியமாயிருக்கையில் அத்தை வாய்க்குப் பாதி வழியில் கவளத்தை மறந்து, அல்லது தயிர் கடைகையில் மத்து நழுவியதும் தெரியாது தன்னையே பார்ப்பதை ஒரு சமயம் அரைச் சமயம் பார்த்துவிடுவாள்.

"என்ன அத்தை?"

தப்புக்காரியம் நேர்ந்துடுத்தோ?

மார்த்துணி கலைஞ்சுடுத்தோ?

இடுப்புச் சதை தெரியறதோ?

– பயம்.

முன்னும் பின்னும் திருப்பித் தன்னைப் பார்த்துக் கொள்கையில் இன்னொரு அழகு புதிதாய்ப் பிறக்கும்.

"ஒண்ணுமில்லே குழந்தே. எல்லாம் நெஞ்சு நிரம்பியிருக்கு. அதில் என்னை மறந்துபோறேன்" என்று அவளுக்குப் புரியாத பாஷையில் அத்தை பேசிக் கண்ணிறைவாள்.

அவள் அறியாத அவள்மேல் அழகுகள் விளையாடினது இன்னொரு அழகு.

ஆனால், மற்றவரைக் கவரும் அவள் கண்ணிறைவுக்கு இன்னும் அவன் கண் திறக்கவில்லை.

அவர்களிடையில் தர்க்கங்கள் அடிக்கடி மூண்டன. "என்னடா, அவளைச் சும்மா வம்பு வளத்தரே?" என்று அத்தைகூட பிள்ளையை இடத்தை விட்டு விரட்டுவாள். ஆனால், வார்த்தையை நெஞ்சில் வைத்துக்கொண்டு, அத்துடன் தானும் வேக அவள் அறியாள். அப்போது அவளுக்கு அந்த வயசுமில்லை. நடந்ததை உடனே மறந்து, தானே முன் பேசிவிடுவாள்.

"ரோசம் கெட்டவளே!"

"ஆமாம் உன்னோடு எதுக்குன்னு ரோசப்படுவது? நீ எப்பவுந்தான் சிடுசிடு!"

"உங்களை" இன்னும் வழக்கில் படியவில்லை. சண்டை போடுவதைவிட புதிதாய் இதுவரை இல்லாத மரியாதையைப் பேச்சில் திடீரென ஒரேயடியாய் வரவழைத்துக்கொள்ள வெட்கமாயிருந்தது.

அவர்களிடையில் வார்த்தை தடிக்கும்போதெல்லாம் கிழவரின் கண்கள் புருவக் காடுகளில் இன்னும் பின் நகர்ந்து ஒளிந்துகொள்ளும். அத்தைபோல் அவர் தடுப்பதில்லை. இருவரும் ஒருவரையொருவர் பலம் பார்ப்பதைப் பார்த்துக் கொண்டிருந்தார். முன்னால் முறியப்போவது யார்?

அவள்மேல் அவனுக்கு ஏற்பட்ட கரிப்பு அவனுக்கே புரியவில்லை. அது உண்மையில் கரிப்பு இல்லை. பருவத்தின் மோதல் என்று எப்படி இருவரும் அறிவர்?

ஒருநாள் அனாவசியமாய் அவளை இழுக்கும் சண்டையில், "என் அப்பா உன்னைப் பஞ்சைக் கூட்டத்திலிருந்து பிடிச்சுண்டு வந்தவள்தானே நீ!" என்றான்.

அத்தை இழுத்துப் பிடித்து நறுக்கிக்கொண்டிருந்த கீரை சட்டென அரிவாள்மணையில் சிக்குண்டது.

கிழவர் தாழ்வாரத்தில் காலை வழிபாட்டில் ஆசமனத்துக்குத் தூக்கிய கை, அந்தரத்தில் தடுக்கிற்று.

அவனுக்கும் அவ்வார்த்தை நாக்கினின்று புறப்பட்ட அப்போதே, வாயிலிருந்து ஒரு பக்ஷி இறக்கையடித்துக் கொண்டு பறந்து சென்றாற் போலிருந்தது.

ரத்தம் குபீரென மண்டைக்கு ஏறிய வேகத்தில், அவளுக்குச் செவி நரம்பு திகுதிகுத்தது. களைந்துகொண்டிருந்த அரிசியை அருக்கஞ்சட்டியுடன் அப்படியே கீழே வைத்தாள். "நீயே பணக்காரனாயிரு. நான் என் பஞ்சைக் கூட்டத்துக்கே திரும்பிப் போறேன்" என்று சீறி, ஈரக்கையைத் தலைப்பில் துடைத்துக் கொண்டே படியிறங்கி விட்டாள்.

நடந்ததையும் அவள் தன் வீட்டில் சொல்லவில்லை. பெண் ஏதோ வழக்கம்போல் ஒரு வேளைக்குத் தங்க வந்திருக்கிறாள் என்று அவள் தாய் நினைத்துக்கொண்டிருந்தாள்.

மூணு நாளாகியும் கோபம் தணியாதது அவளுக்கே ஆச்சரியமாயிருந்தது. மூன்று நாளும் சாப்பிடவில்லை. உடல் கொதித்தது. 'குசுகுசு கிசுகிசு'ன்னு பேச்சு ஆரம்பிக்கும் முன்னால், சுய கௌரவத்தையிழக்காமல், இரு குடும்பங்களுக்கும் அவமானத்தைக் கொண்டு வராமல், தான் இறக்க வழியேது என்று மனம் சிந்திக்க ஆரம்பித்துவிட்டது. கடுமையான ஜுரத்தை வரவழைத்துக்கொள்வது எப்படி? ஆனால் ஜன்னி கூடாது. ஏதாவது உளறிவிட்டால்? நேரே ஸ்மரணை தப்பி, அத்துடன் திரும்பி எழாத தூக்கத்தில் மூழ்கிவிட மாட்டேனோ?

அத்தை! என் தப்பில்லை. என்னை மன்னிச்சுக்கோங்கோ, மாமா! உங்கள் பாதத்தைத் தொட்டுக் கண்ணில் ஒத்திக்கறேன். என்ன மன்னிச்சுடுங்கோ – உன்னையுந்தான் – இந்தச் சமயம் வணங்கணும் என்பதால் உன்னையும்தான் வணங்கறேன். நீ என் கணவன் என்பதால் நீ சொல்வது எல்லாத்தையும் என்னால் முழுங்க முடியவில்லை.

கோயிலில் மாலை மணி தீர்க்கமாய் ஒலித்தது. அத்துடன் வாசலில் ஒன்றிரண்டு குரல்கள் அவசரத்தில் கலந்தன.

"வாங்கோ, வாங்கோ, உள்ளே வாங்கோளேன்! வாசலிலேயே நிக்கறேளே, உள்ளே வாங்கோன்னா! ஜகா, ஜகா, யார் வந்திருக்கா பாரு!"

யார் வந்திருப்பது என்று வந்து பார்த்து அறியத் தேவையில்லை. இம்மூன்று நாள் பட்டினியில் உடல் துலங்கி உணர்வுகள் யாவும் நுட்பமடைந்திருந்தன. உடல் காற்றில் தூக்கிக்கொண்டு போயிற்று. தருமன் பொய் சொல்லுமுன் அவன் ரதம் போல், பாதங்கள் தரைமேல் பதியாது பூமிக்கு ஒரு அங்குல அந்தரத்தில் நின்றனபோல் உடலின் லேசு இருந்தது.

விரக்தியின் தண்டமாய்த் தன்னின்று தனித்து நின்றாள்.

எங்கிருந்தோ அந்தக் குரல் மிகத் தாழ்ந்து, அவர்களிடையில் அலையும் காற்றில் மிதந்தது.

"அம்மா அழைத்து வரச் சொன்னாள்." இன்னும் மெலிந்தது. "உன்னை மன்னிக்கச் சொன்னாள்." மூச்சோடு ஒடுங்கியது. "என்னை மன்னித்துவிடு."

நட்ட கத்தி போல், உள்ளிருந்து பெருங்கேவல் கிளம்பிற்று, உள்சதைகள் அறுந்து பிடுங்கிக்கொண்டன. விழிகளில் பெருக்கு சுவராய் அடைத்து, கண்கள் பார்வையிழந்து, கைகள் அவன் பாதங்களைப் பற்றத் தேடித் துழாவின. அவன் ஒதுங்கிக்கொண்டான்.

அவர்கள் இன்னும் மணவறை புகவில்லை. இன்னும் வேளை குறிக்கவில்லை.

கைகளைப் பிசைந்துகொண்டு நின்றாள்.

அவள் மூக்குத்தி மாலையின் மங்கிய ஒளியில் மின்னிட்டது. அம்மின்னல் அவன் புருவ மத்தியில் பறித்து தலையை லேசாய் வலித்தாற் போலிருந்தது. நெற்றியைத் தேய்த்தபடி குழம்பி நின்றான்.

லா.ச. ராமாமிர்தம் | 77

மாலை மணியோசை எட்டவிருந்து வெற்றி பொழிந்து கொண்டே அவர்கள்மேல் இறங்கிற்று.

18

“ஜகதா, இங்கே வா”

குரலில் தனி ரகஸ்யமும் அவசரமும் புதிதாயிருந்தன.

ஸ்வாமி பிறையில் ஸ்தாலியில் தீர்த்தத்தை வைத்துவிட்டு வந்தாள்.

“அவள் எங்கே?”

“குளிக்கிறார்.”

“அவன் எங்கே?”

“தெரியாது, வெளியே போயிருக்கிறார்.”

“ஜகதா, உன்னிடம் முக்கியமாய் பேசணும். இது உன் அத்தைக்குக்கூடத் தெரியக் கூடாது.”

அடிவயிற்றில் புளியைக் கரைத்தது. அப்போதுதான் கவனித்தாள்: இந்த மூணு நாளில், தாடியில் நரை கூடி, கழுத்து திடீரென ரொம்பவும் குனிந்திருந்தது. தூக்க முடியாத சுமையைத் தாங்கிக்கொண்டிருந்தாற்போல்.

“ஜகதா, என் பிள்ளைக்கு இருதயத்தில் தீராத பலவீனம். ஏதோ பிறவியிலிருந்தே இருக்கிறது. அது அவனுக்குத் தெரி யாது. அத்தைக்கும் தெரியாது. யாருக்கும் தெரியாது. எனக்கும் வைத்தியனுக்கும்தான் தெரியும். இப்போ உனக்குத் தெரியும்.”

தூணைப் பிடித்துக்கொண்டாள். கூடம் ‘தத்தித்தித்த’து.

“அவனுக்கு இந்த நிமிஷமே ஆபத்து என்று நான் சொல்ல வரவில்லை. இப்படியே அவன் முழு ஆயுசும் இருக்க முடியும். ஆனால், அவன் உயிர் எப்பவும் மயிரிழையில் தொங்கிக் கொண்டிருக்கிறது. இத்தனை நாள் தனியாய் நெருப்பைக் கட்டிக் கொண்டிருந்தேன். இனி அவன் உன் பொறுப்பு. ஆகையால் உன்னிடம் சொல்லிவிட்டேன்.”

"அப்போ அம்மா சந்தேகப்பட்டது சரியாப்போச்சு!" வார்த்தைகள் அவளையறியாமலே வாயிலிருந்து வெளிக் கொட்டிவிட்டன.

"என்ன?"

"பிள்ளை வீட்டுக்காரர்கள் காரணமில்லாமல் பெண்ணைத் தேடிண்டு வரமாட்டா. அதிலும் ஏழைப்பட்ட எங்களை..."

முகத்தை தாடி அடைத்ததால் அவர் கண்களில் கண்ட இளக்கத்திலும் விழியோரச் சதைச் சுருக்கங்களிலுமிருந்துதான் அவர் புன்னகை தெரிந்தது. ஆனால் அதில் வழிந்தது அசடா, குறும்பா, காரியசித்தியா? புரியவில்லை.

பயங்கரமான பரிவு மதில் உயரம் அலை சுருண்டு உள் எழுந்தது.

வெளியில் போனவர் விபரீதமில்லாமல் திரும்பி வரணுமே?

"இனி என்னால் ஒரு நிமிஷம் அவரைப் பிரிந்து இருக்க முடியாது. எப்போது நாள் பார்த்திருக்கேள்?"

அவளுக்கே ஆச்சரியமாயிருந்தது. இப்படியும் தனக்கு வெட்கம் கெட்டுப் போகுமா?

அவர் கண்ணில் ஸ்படிகம் பளபளத்தது. "குழந்தை, உனக்கு ஆண்டவன் ஒரு குறையும் வைக்கமாட்டான்." குரல் கம்மிற்று. "உனக்கும் தெரிஞ்சிருக்கணும் என்று சொன்னேன்."

பஞ்சாங்கத்தை எடுத்துக்கொண்டு வாசல் திண்ணைக்குச் சென்றார். அவர் நடையில் திடீரெனக் கண்ட தள்ளாட்டம் காணப் பரிதாபமாயிருந்தது.

ஒரு கையால் தாலியை நெருடிக்கொண்டு நின்றாள்.

"ஜகதா!"

கிணற்றடியிலிருந்து அத்தை குரல் வந்தது.

19

சாப்பிட உட்கார்ந்தவர் சரியாச் சாப்பிட்டு எழுந்திருப்பாரோ? தாய்க்கோழி போல சுற்றி சுற்றி வட்டமிடுவாள்.

குளிக்கப் போனவர், கிணற்றடியில் மயங்கி விழுந்திருப்பாரோ? நினைப்பெடுத்துக்கொண்டு கதிகலங்கி ஓடிவருவாள்.

சமயங்களில், வெகுநேரம் அவரிடம் நேரும் மௌனத் தேக்கங்கள் அவர் அறியாமலே அது காரணந்தானோ?

அது என்று புதிதாய் ஒன்று நெஞ்சில் குடிபுகுந்தது. அது எது அறியாள்.

ஆனால், அது அதிகாரமாய் வந்த இடம் பற்றி இடம் முழுவதும் அடைத்துக்கொண்டது.

நெஞ்சின் திகிலை நெஞ்சே அஞ்சி, நெஞ்சு வேகும் சோடை கொஞ்சம் வெளிக்கண்டாலும் விஷயம் மிஞ்சி விடும். அதனால் உள்ளே ஒடுங்கினாலும் வெளியே சிரித்தாகணும். காளியாயிருந்த நாளுக்கெல்லாம் கரை கட்டல் வந்தாச்சு. ரோசத்தைக் கட்டி மூலையில் வை. வேஷத்துக்கு வேளை வந்தாச்சு. உள்ளது உள்ளபடியாய் இருந்த நாள் போச்சு. மஞ்சளும் சிவப்பும் வேணுமானால் வெள்ளை இனி வெளிக்கு பல்மட்டில்தான். மெய்காக்கப் பொய் பேசி, பொய் செய்து, பொய்யில் மூழ்கி, மெய்யில் விழித்திருத்தல்தான் வழி.

இந்த நிமிஷம் இந்த நிமிஷமோ என்று எந்த நிமிஷம் எந்த நிமிஷமோ? எந்த நிமிஷமும் அந்த நிமிஷம், அந்த நிமிஷம். அந்த வரை என் சொந்தவரை, வரை வரையாய் வரையழிந்து நிமிஷம் நித்தியமானது விந்தையா? வித்தையா?

மணவறையில் தனித்தனரே தவிர, ஒருவரையொருவர் இன்னும் தீண்டியதில்லை. அவள் அஞ்சினதன்றி மனுஷன் முன்னால் பேசினாலே போதாதா?

வேலைகளை முடித்துக்கொண்டு அவள் வரும் வேளைக்குத் தூக்கத்தில் ஆழ்ந்துவிடுவார். மார்மேல் விரித்தபடி புத்தகம் கவிழ்ந்திருக்கும். அதை மெதுவாய் எடுத்துவிட்டு பாயைத் தரையில் விரித்துச் சாய்வாள்.

திடீரென திகில் துரிஞ்சில்போல் இறக்கையடித்துக் கொண்டே வந்து, நள்ளிரவில் திடுக்கென்று அவளை எழுப்பிவிட்டு நெஞ் சில் தொங்கும். எழுந்து சுவரொட்டியை எடுத்துவந்து, அதில் அசைவற்று அமர்ந்திருக்கும் நீலமுகத்தைச் சற்றுப் பெரிதாக்கி அவர் முகத்துக்கெதிரே பிடித்து மூச்சு ஓடுகிறதா எனப் பார்ப்பாள்.

அப்படி விளக்கைத் தூக்கிப் பிடிக்கையில், அம் முக லக்ஷணங்களை அப்போதுதான் புதிதாய்க் காண்பது போல் தோன்றும்.

கன்னக் குமிழ்களில் சிவப்புத் திட்டில் பச்சை நரம்பு ஜலம் போல் ஓடிற்று. மோனத்தின் வார்ப்பில் உதடுகள் தனிச் சிவப்பில் உறங்கின. கண்ரப்பை மயிர்கள் நீண்டு நுனி சுருண்டன. அகன்ற மார்பின் பச்சை நரம்புக் கொடிகளிடையில் அவள் தேடிய மூச்சு லேசாய், ஆனால் அமைதியாய் மிதந்தது.

இப்படி நான் பார்ப்பது சரியா?

சரியோ இல்லையோ, அதுவே பழக்கமாப் போச்சு. இப்படிப் பார்த்துப் பார்த்துத்தான், 'சரி இன்றைய பொழுது இப்படிப் போச்சா' என்று தைரியம்கொள்ள முடிகிறது.

விளக்கொளியில், இப்படிப் படுத்திருக்கும் உருவத்தின் லயிப்பில் திடீரென – வெளியில் சொன்னால் வெட்கக்கேடு – ஒரு சந்தேகம் தோன்றும்.

'இது யார், என் கணவன்தானா? அல்ல, வேறு யாரோ ஒரு ஆடவனா?'

வெட்கம் சல்லாப்போல் மேல் படர்ந்து அவளைச் சூழ்ந்தது, அவள் தலை குனிந்தது.

அம் முகத்தின் நுட்பமான செதுக்கல்களுக்குப் பின் என்ன நேர்ந்துகொண்டிருந்தது?

ஜலத்தில் மூழ்கிய வயல்கள் போன்ற அம்மோனங்கள் நேர எந்த மழை அப்படி அவர் மேல், அல்ல, உள்பெய்தது?

பேசி ஓய்ந்த நேரம் அது. பெரியதொரு மலர்க் கிண்ணம்தான் வழிய ஏந்திய தேன் அணைய மோன நேரம் இது என வேறு காண அதற்கென்றே நாளடைவில் அவளுள் நுண்ணறிவு ஒன்று பிறந்து வளர்வது உணர்ந்தாள். தேன் போலேயே கனத்து, அகன்று ஆழம் தோய்ந்து மூட்டமிட்ட வேளைகள் அவர்மேல் இறங்குகையில், அவளுக்கும் தேன் வழிந்ததைப்போல் அம்மோனத்தின் விளிம்புகளின் அடையாளங்கள் இன்னவென்று புரியாமலே உட்புலனில் பதிவாயின.

ஐப்பசியில் மாந்தோப்புகளின்மேல் சாய்ந்திறங்கும் மழைத்திரை.

எங்கோ பொழிய, சரசரவென விரைந்தேகும் மேகக் கூட்டம்.

மார்கழி விடிவேளை திரள்பனிப் படலம்.

மண் தரையில் பாம்பு ஊர்ந்த வரிப்பதிவுகள்.

மடத்து அரசுமரத்தடியில் குழல்விட்டு நாளுக்குநாள் உயரும் புற்றுத் தொடர்.

வெளிவிட்டு, உள்வாங்க மறந்த, அல்லது மறுத்துத் தடைப் பட்ட உயிர் மூச்சு.

கிணற்றில், நள்ளிரவில் கவியிருளில், தன் ஆழத்தைப் பால் வடிவில் மறைத்து நலுங்காது நிற்கும் ஜலமட்டம்.

மாவிலைகள் மறைக்க அவை நடுவில் தொங்கும் கார்வடு.

நீல வெளியில் சிறகு விரித்து நீந்தும் பருந்தின் வட்டம்.

நாள் கிழமைகளில், துருவாமணையடியில் தும்பையெனப் போர்குவியும் தேங்காய்த் துருவல்.

எழுதிய படம் போன்ற பசும் புற்றரை.

பறக்கும் கொக்கின் சிறகடியினின்று புல்தரை மேல் உதிர்ந்து பளீரிடும் வெள்ளை இறகு.

சீறியிறங்கும் விண்மீனின் வீழ்ச்சி.

கைதவறிக் கீழே வீழ்ந்து குதித்தெழும் வெள்ளியின் இனித்த மெல்லோசை.

கரு புரளும் பசுவின் பெருவயிறு.

கன்று கண்டு கண் கனிந்து, மடி கசிந்து, காம்பு துளித்து, தனித்துத் தொங்கும் உயிர்ச் சொட்டு.

கும்மட்டியின் நடுக்குழியில் தேங்கிக் கணகணக்கும் குங்குமப் பிழம்பு.

கோடையில் நடுநடுங்கும் கானல்.

சமயம் காரணம் தாண்டி, ஒழுங்கை உள்ளினின்று கிளம்பிக் கூடம் முழுதும் குபீரிடும் தாழம்பூவின் தாழ்ந்த மணம்.

இதழ்களின் நடுவில் செருக்குடன் எழும் பூ நாக்கு,

வேளை ஓய்ந்து, வேலையும் ஓய்ந்து, தலை பாய் மேல் சாய்ந்ததும் தன்னறியாது, தன்னின்று தனிப் பிரியும் பெருமூச்சு.

இவை, இவைபோல் அவ்வப்போது தோன்றும் எத்தனையோ சித்திரங்கள்.

ஒன்றுக்கொன்று சம்பந்தமில்லாதனவாயினும், அம் மோனம் எப்படியென்றும் புரியாத விதத்தில் ஒன்றுடன் ஒன்று பிணைத்து அவைகளுக்குக் கோர்வை கொடுத்து தன் மாலைபோல் தன் அலைமேல் அணிந்து, பிறகு தன்னுள் இழுத்துக்கொண்டது.

அவை உவமைகளும் அல்ல. அவரிடமிருந்து, பெருகிய மோனம் விரிகையில், தன் நெஞ்சு கரைந்து, நினைவின் அடிவாரம்

கரையோரம் ஒதுங்கி, நாளடைவில் புதைந்தும் போய், இப்போது புரண்டெழும் வடிவங்களின் பெருக்கு.

மந்திரத் தும்புரு தன் தந்திரப் ப்ருகடையைத்

தான்

முறுக்கி

தந்தியைத் தான் மீட்டும் மந்தர ஸ்தாயியில்

தந்தன்னா, தனதான தந்தான

தந்தின்னா தன்தினின்னா...

இதயத்தின் படபடப்புத் தாங்க முடியாமல் இரு கைகளாலும் மார்பை அழுத்திக்கொண்டாள்.

20

ஒருநாள் மாலை அவர் ரத்தஸ்னானமாய் வெளியிலிருந்து வருவது கண்டு உடல் வெலவெலத்துப் போனாள். யாரோ பையன் மாங்காயடித்த கல் மண்டையில் பட்டுவிட்டது. ரத்தம் நூல் பிரிந்து முகம் வழிந்து பொட்டிலும் புருவத்திலும் மயிர் சடைத்தது. ஆனால், கண்களில் வலி தெரியவில்லை. மௌனமான திகைப்பு; இத்தனைபேர் தன்னைச் சுற்றிச் சுற்றி ஓடியோடி வளைய வருவது கண்டு உதட்டின் இளகலில் லேசான சிரிப்பு. ஆனால் சற்று நேரத்துக்கெல்லாம் விழி செருகி, இரவில் சில பூக்களே போல் இமைகள் குவிந்தன.

பிறகு நேர்ந்தது அவளுக்கு நினைவில்லை. அத்தை சொல்லக் கேட்டுத்தான் அறிந்தாள்.

"குழந்தை! எப்படி அவனை ஒண்டியாய்த் தூக்கிண்டு மாடிக்குப் போனே?"

"போனேனா என்ன? எனக்குத் தெரியாதே!"

ஓ! அப்பபடின்னா அப்பபடிக்கூட என்னிடத்தில் ஒரு பலம் இருக்கா என்ன?

அறைக்கு வெளியே வந்தாள். மொட்டை மாடியில் பூந்தொட்டிகளில் செடிகளின் இலைகள், பூவின் இதழ்கள் அவளைப் பற்றியே, அவளிடம் ஏதோ ரகஸ்யம் சொல்லத் துடிக்கும் அத்தனை நாக்குகளாய் அசைந்தன.

சித்திரை நிலவு. பௌர்ணமி நாளைக்கா, மறுநாளா? சித்திரபுத்திரா! எங்களுக்கு என்ன கணக்கு எழுதியிருக்காய்? கண்ணைத் துடைக்கப் போறயா, கண்ணீரைத் துடைக்கப் போறயா? நீ சொன்னபடி எமன் கேட்கப் போகிறான். நீ உன் கணக்குப்படி சொல்லப் போகிறாய். என் பலத்துக்கு என்ன கணக்கு எழுதியிருக்கிறாய்?

"டக் டக் டக்!" விட்டத்தில் பல்லி.

அர்த்த ஜாமத்தின் ஆராய்ச்சி மணி தீர்க்கமாய் ஒலித்தது. அவள் இதயம் உள்பெரிதாகி, அதன் பூரிப்பு உடல் முழுவதும் உள்பரவி, உடலினும் பெரிதாகி உடலை உடைப்பெடுத்துக் கொண்டு வெளி முழுதும் பரவி, உலகத்தையே தான் விழுங்கப் போகும் லேகியம் போல் உருண்டையாய் உள்ளங்கையில் ஏந்திவிடலாம் போல் தோன்றிற்று. திடீரென உள் செறிந்த இந்த வலிமை நிலையில் அவளால் ஆகக்கூடாத காரியம் எதுவுமில்லை. இதுவரையறியாததோர் பெருமிதம் பெருமதத்தது. உடல் காற்றில் மிதந்தது.

உள்ளே திரும்பினாள்; கட்டிலிலிருந்து அவர் அவளைக் கவனிப்பது கண்டாள். வாய்க்கால் தாண்டி எல்லைப் பிள்ளையார் கோவில் அருகே குளத்தில் மீன் துள்ளுகையில் ஜலம் சுழிப்பது போல் அவ்விழிகளின் மோனத்தில் புதிதான விதிர் விதிர்ப்பு தெரிந்தது. வியப்புடன் அவரை நெருங்கினாள்.

அடையாளம் கண்டுகொண்டு மறுபடியும் பிடிபடாமல் நழுவிவிட்ட ஏதோ ஒரு முகத்தை அவள் முகத்தில் தேடி அக்கண்கள் சஞ்சலித்தன. அவைகளின் பரிதவிப்பில் அவளுக்கு வயிறு ஒட்டிக்கொண்டது. அவளையறியாமல் அவள் கை அவர் தோள்களை வளைத்தன.

"என்ன வேணும்? என்ன பண்றது? என்ன சொல்லுங் களேன்?"

காற்று எழும்பி தென்னை மட்டைகள் சலசலத்தன.

பூமியே பெருமூச்செறிந்தது.

ஆனால், அன்றிலிருந்து அந்நோக்கில் ஒரு வியப்பு. அவள் நடமாட்டத்தில் ஒரு கவனம். ஊதிய நுரை கீழ் தெரியும்

பால்போல் ஓர் அடிக்கனம் உணர்ந்தாள். தன்னில் என்னத்தைத் தொடர்ந்து அவர் கண்கள் தேடின என்று தெரியவில்லை. தேடல் மாத்திரம் தெரிந்தது.

ஓரிரவு யாரோ ஏதோ தட்டி எழுப்பினாற்போல் விழிப்பு வந்து, கண்களிலிருந்து திரைவிழுந்த மாதிரி, அப்போதுதான் புலனான உண்மைக்கு, அறையில் சூழ்ந்த இருளே விளக்கமான சாக்ஷியாய் ஒரு விஷயம் புரிந்தது. அவர்கள் இருவரின் வழியே வெவ்வேறு; தனித்தனி. உற்சவத்தில் வாண வேடிக்கையில் அவிழ்த்துவிட்ட அவுட்டு வாணங்கள் போல், அதனதன் கதியில் ஒவ்வொன்றும் சீறிச் செல்கையில் ஒன்றுக்கொன்று குறுக்கிடல், தாண்டல், மோதல் உண்டு தவிர, நீரருவிபோல் இரண்டாய்ப் பிறந்தாலும் ஒன்றாய் இழைந்து ஓடல் இல்லை.

அப்புறம் தூக்கம் வரவில்லை. முழங்கைமேல் பதிந்த பின்மண்டையுள் அவுட்டு வாணங்கள் தம் தம் தனித் தனிக் கதிகளில் ஒன்றுடன் ஒன்று குறுக்கிட்டு, தாண்டி, மோதி, பிரமாண்டமானதொரு கோலமிட்டுக்கொண்டிருந்தன.

21

இன்று

காலை விழித்ததும் கீழிறங்கிப் பல் விளக்கி, முகமலம்பிப் பொட்டிட்டுக்கொண்டு முதற் காரியம் விளக்கையேற்றியதும், சுடரிலிருந்து ஒரு பொறி பறந்து வந்து வாயுள் புகுந்து, அதை அவள் உயிருடன் விழுங்கிவிட்டாற் போலிருந்தது. அது மார்புள் இறங்கிய இடமெல்லாம் பரபரத்து, இதயத்தில் தங்கிய இடம் அரித்தது.

இன்று

சில சமயங்களில், ஒரு வாக்கியமோ வார்த்தையோ பதமோ அதன் வேளைக்குமுன் முளைத்துவிட்டதால், பொருள் விளங்காது, அதனாலேயே பொருளற்றதாய்த் தோன்றிக்கொண்டு, அதன் வேளை வருமளவும், வேளையில்லாத வேளைகளிலும் திடீர்திடீரென முளை தெரிந்து உடனே மறைந்து, நெஞ்சுக்

குழியில் இடறி, இடறி, ஏதோ பின்வரும் அதன் வேளையின் அடையாளமாய் விளையாடும். அதுபோல் அவள் விழுங்கிய பொறி இதயத்தில் தங்கிய தருணமே, 'இன்று' என்ற பதம் பிறந்து அன்று பூராவும் அவளை அரிக்க ஆரம்பித்தது.

இன்று என்ன?

அது புரிந்துவிட்டால், பிறகு 'இன்று' ஏது?

இன்று மார்கழி பத்து.

தான் எழுந்ததே தாதன் ஊதிப்போனபின்தான்.

வெந்நீரில்தான் குளித்தாலும் குளிர் வெடவெட –

இன்று தெரு நிறைந்த கோலம். அதன் நடுவே பதித்த பூசணிப்பூ மனம் நிறைந்த மஞ்சள்.

இந்தத் தடவை வாங்கியிருக்கும் பசுமஞ்சள் எப்படிப் பற்றுகிறது! அதுவும் இன்று – ஜலம் துளித்த தன் தோள்களையும் காலின் கண்டச்சதையையும் பார்த்துக்கொண்டாள். பொன்போல் தகதகத்தன.

தாலிச்சரடு மஞ்சள் பட்டதும் தங்கச்சரடு!

அடுப்பில் ஏற்றிய வெண்கலப்பானை, தங்கப்பானை போலப் பளபள – இன்று என்ன, நான் தொட்டதெல்லாம் பொன்னா? அதுதான் 'இன்றா'?

"வாசனை என்ன கூரையைத் தூக்கறது? நெய் மணமா, கை மணமா?" என்று கேட்டுக்கொண்டே மாமனார் வருகிறார், நடை அவரைக் குடிபோல் தள்ளுகிறது. அதுவும் இப்போ அதிகம்.

"சரி, சரி, பல்லை விளக்கியாகல்லே. அதுக்குள்ளேயும் மோப்பம் பிடிச்சாறதா?" என்று கேட்டுக்கொண்டே பின்னாலேயே அத்தை வருகிறார்.

"நான் பல்லை விளக்கியாகல்லே. நீ வாயைக் குழம்பியாகல்லே" என்று மொண மொணத்தபடி கிழவர் கிணற்றடிக்குப் போகிறார். மாமாவுக்கு இருக்கே 'பேச்சிலே இந்த இடக்கு!' டேயப்பா அத்தைக்குப் பல்லெல்லாம் திடீரென்று அடுத்தடுத்து விழுந்து போனதை இப்படித்தான் சொல்லிக் காட்டணுமாக்கும்!

"அடியே சிரிக்காதேடி, சிரிச்சால் அழற மாதிரி இருக்குடி!"

மாமா அத்தையைக் கேலி செய்வது அவளுக்கே சில சமயங்கள் கோபம் வரும். ஆனால் அத்தைக்கு அதுக்கெல்லாம் ஏன்

ரோசம் வரவில்லை? அதெல்லாம் அத்தைக்கு யானைமேல் கொசு மாதிரி. கிழவரின் கீழ் வெட்டு அத்தைக்குக் காதே கேட்டதோ இல்லையோ? வயசானாலே காது மந்தமாயிடும்!

ஆனால், திடீரென்று ஒரு நாள், அத்தை சம்பந்தமே இல்லாத சமயத்தில்:

"குழந்தை நாம்தான் பெரியவாள்" என்றார்.

அவளுக்குச் சட்டென்று புரியவில்லை.

"நம் ஸ்திரீ வர்க்கத்தைச் சொல்றேன். ஆண்கள் – தகப்பனிலிருந்து ஆம்படையான் உள்பட கைக்குழந்தை வரை – குழந்தைகள். செல்லக் குழந்தை, அசட்டுக் குழந்தை, பிடிவாதக் குழந்தை; நாம்தான் ஸஹிச்சுண்டு, தள்ளிண்டு போகணும் என்கிற பாடமாகத்தான் சிருஷ்டியிலேயே தாய்மையின் பதவியை நமக்குக் கொடுத்திருக்கு. சாண் பிள்ளையானாலும் ஆண்பிள்ளைன்னு பழமொழி. ஆறடியானாலும் குழந்தைன்னு நான் சேத்துக்கறேன். அவா பேச்சில் நமக்குப் பிடிக்காததை நாம் காதிலே வாங்கிக்கொண்டால்தான் வம்பு? பெண்கள், சமயத்தில் கொஞ்சம் செவிடு, கொஞ்சம் குருடு, கொஞ்சம் மக்காயிருந்தால்தான் குடும்பமே நடக்கும் – ஆனால் கொஞ்சம் கொஞ்சம்தான், ஞாபகமிருக்கட்டும் – ரஸத்தில் கொத்த மல்லியைக் கிள்ளிப் போட்டாப்போல, அதிகமாப் போனால் பச்சை வாசனை."

முகத்தில் ஆவியடித்தது.

"அத்தை, தயாராயிடுத்து, நைவேத்யம் பண்ணுங்கோளேன்."

வெந்நீருள்ளிருந்து அத்தையின் குரல்: "நீயே பண்ணு. நான் இன்னும் தயாராகல்லே."

"எனக்கென்ன அத்தை தெரியும்? மாமாவைப் பண்ணச் சொல்லுங்கோ."

"சரிதான், அவர் காட்டற கையை நீ காட்ட முடியாதா? நீ பண்ணி வெச்சதைத்தானே அவர் காட்டறா? அதை நீயே காட்டினால் ஆகாதா? காட்டு, காட்டு!"

இலையில் பொங்கலை வட்டித்ததும், அதிலிருந்து ஆவி பறக்கையில் முழிமுழியாய் முந்திரி அங்குமிங்குமாய்த் தெரிகையில், அதுவும் பார்க்க ஒரு அழகாய்த்தானிருக்கு. மாமாவுக்கு வாய் ஊறி, எச்சில் இலையிலேயே சொட்டிவிட்டது.

நெஞ்சில் திடீரென ஒரு பரிதவிப்பு அலைமோதறது.

(அத்தை சொன்னது இதுதானோ?)

மாமா நெய் பளபளக்கும் பக்கமாய் விரலால் வழித்து, முகம் நிமிர்ந்து, வாயுள் விட்டுக்கொள்கிறார்.

"பேஷ், பேஷ்! இத்துடன் ஒரு சட்னியோ, கத்திரிக்காய் புளிப் பச்சடியோ இருக்கணுமாம், ஏர்வை எப்படியிருக்கும் தெரியுமோ?"

"அது என்னதான் நெஞ்சீரலோ!" கேட்டுக்கொண்டே அத்தை வருகிறார்.

"புலிப் பாலைக் கொண்டு வாயேன், கறக்கறத்துக்கு முன்னாலே வரியை எண்ணினாயோன்னு ஏதாவது ஒரு 'தொசுக்கு'த்தான். எப்படித்தான் உங்களை திருப்திப் படுத்துவதோ?"

அத்தை குளித்துவிட்டு ஈரப் புடவையுடன் வந்திருக்கிறார். பளிச்சுன்னு கம்பீரமாய், பொன்மலை மலையுச்சியினின்று நுரை கக்கிக்கொண்டு பெருகும் அருவிபோல் நரைக் கூந்தலின் சரிவு. அதுவும் பல் போனபின் இன்னும் ஒரு சுற்றுக்கூடப் பெருத்திருக்கார்.

அம்மா குதிர் போல்;

அய்யா கதிர் போல.

இன்று சமையல் சற்றே முன்னேபின்னே ஆகலாம்? காலையில் மார்கழிப் பொங்கல் டிபனாயிடுத்து என்று சொல்லிக்க வேண்டியதுதான்.

இதோ இப்படி அப்படி, அடுக்குள்ளுக்கும் உக்கிராண உள்ளுக்கும் கிணற்றடிக்கும் நாலு நடை ஆவதற்குள், வெய்யில் கூடத்துக்கு இறங்கிடறது. தாமரைக் கோலத்தைத் தொட என்னேரம்?

நேரம் ஆச்சோ இல்லையோ, வயிறு பசிக்கிறதோ இல்லையோ, சமையல் ஆச்சோ இல்லையோ?

"ஆச்சா? ஆச்சா?" என்று கேட்டுக்கொண்டே மாமா வந்துவிடுவார்.

"இதென்ன அக்ரமம்? என்னிக்கும் ஒரே அவசரம் தானா? குழந்தை ஒண்டியாத் திண்டாடறாளே என்கிற இரக்கம்கூடக் கிடையாதா?"

"வீட்டில் ரெண்டு பொம்மனாட்டிகள் இருந்துண்டு வருஷமா சமையல் ஆகிறதாம்! ஆனவரை போடுங்கோ. இரக்கமாம் இரக்கம்! நீங்கள் பண்ணிப் போடுவதற்குள் நான் பிதுர்களுடன் சேர்ந்துவிடுவேன் போல இருக்கே! இப்போத்தான் சாதம்; அப்புறம் எள்ளும் தண்ணியும் தாண்டி!"

மாமாவுடன் அவளே – ஏன், அத்தையும்கூடத்தான் – காரணம் இல்லாது பேசுவதில்லை. காரணம் நேராமலே பேச்சு தானே நின்றுவிட்டது. கேட்டால் கேட்டதற்குப் பதில் மனுஷனுக்கு இப்போதெல்லாம் திடீர் திடீரென வரும் கோபங்களுக்கும், உடனே அந்தக் கோபம் மாறும் சிரிப்புக்கும் வேளையும் காரணமும் நிர்ணயிக்க முடிவதில்லை. அத்தைக்கே விளங்குவ தில்லை. அம்மாதிரி சமயங்களில் புன்சிரிப்பில் உதட்டைப் பிதுக்கிக்கொண்டு, மேல் சஞ்சாரத்தில் சாரீரம் தோற்ற சங்கீத வித்வான் போன்று கையை உயரத் தூக்கிவிடுவாள்.

அத்துடன் மாமாவுக்கு, காணாததைக் கண்டதுபோல் ஏன் இந்த ஆவலாதி? பரக்கப் பரக்க, சுடச்சுட, இந்தத் தாடையில் ஒரு அதுக்கல், அந்தத் தாடைக்கு ஒரு தள்ளு. உடனே 'கபக்?' ஈசுவரா, மோர்க் குழம்பில் சேப்பங்கிழங்கு தொண்டையில் அடைக்காமல் இருக்கணுமே, என்னதான் மாவாய் வேக வெச்சிருந்தாலும் அத்தைக்கு சிரமமில்லாமல் இருக்கணுமேன்னு!

"ஊம்... ஊம்.. ரஸம்! ரஸம்!! கலத்தைப் பார்த்துப் பரிமாறுங்களேன்!"

பிள்ளையைப் பார்த்து:

"என்னடா, நான் எழுந்திருக்கப்போறேன், நீ இன்னும் பருப்பு தாண்டலையா? சாதம் சாப்பிடறயா, பூத்தொடுக்கறயா?"

அவளுக்கே தோன்றுகிறது. இலைச்சாதத்தைக் கையில் எடுத்துக் கொடுக்கலாமா, வாயிலேயே ஊட்டி விடலாமா?

"ஆ... ஆ அம்!"

அத்தை சொன்னது இதுதானா?

ஏன் இப்படி பரப்ரம்மமாய் இருக்கார், சாப்பாட்டிலேயே நினைவில்லாமல்! நான் எவ்வளவு நன்றாய்ப் பண்ணினால் என்ன? எதைப் போட்டாலும் சாப்பிடும் மனுஷனுக்கு!

"மோர்! மோர்!"

"இதென்ன ரயில்வே ஸ்டேஷனா? இருங்கோ, ஒரு நிமிஷம்!"

கிணற்றடியில் துணி துவைத்துக்கொண்டிருக்கிறாள். உச்சி வெய்யிலில் வாழைக் கொல்லையின் பசுமை, வானத்தின் நீலம், கிணற்றடி சிமிட்டிமேல் ஜலத்தின் பளபளப்பு தனியாய்ப் பிதுங்குகின்றன.

வெய்யிலின் வெள்ளித் தகடு கண் கூசுகிறது.

இவனேதான் காலையில் பொன்னாயிருந்தான்.

உள்ளே, அத்தைக்கு மாமா புராணம் படித்துக் காட்டிக் கொண்டிருக்கிறார். அவர் குரல் கணீரென்று தாண்டித் தாண்டி இங்கு வந்து எட்டுகிறது.

கிணற்றுப் பக்கமாய் வில்லாய் வளைந்து முதுகு நிமிர்ந்த தென்னை மரத்தினின்று காத்தான் உஷாராய் இறங்கு கிறான். ஒரு கையில் ஒரே கொத்தில் மூன்று இளநீர்கள் தொங்குகின்றன.

உள்ளே மாமா.

“திக்விஜய பராக்ராமத்தில் கைலையங்கிரிவரை

போய்விட்ட தேவிக்கெதிரே பகவானானவர்

அந்தரத்தில் வ்ருஷபாரூடனாய்த் தோன்றியவுடனே

பிராட்டியின் மூன்றாவது ஸ்தனம் மறைந்தது.

தேவி வெட்கம் அடைந்தவளாய்த்

தலை குனிந்தாள்.”

கல்மேல் குனிந்து துணியைக் குமுக்கிக்கொண்டிருந்தவள் இவ்வசனம் கேட்ட அத்தருணமே நிமிர்கையில் தற்செயலாய் தன் கண்ணோக்கு தன் கழுத்துக்குக் கீழ் விழுகையில் ரவிக்கையின் கழுத்து விளிம்பில் விம்மி வழிந்த முலை களின் வாய்க்காலில் பட்டதும் ஒரு பெரும் விதிர் விதிர்ப்பு உடலை ஊடுருவிற்று. கல்மேல் இரு கைகளை ஊன்றிக்கொண்டிராவிடின் விழுந்திருப்பாள். குப்பென உடல் பூரா வேர்வை விட்டது. குனிந்த தலை நிமிரவில்லை. திடீரெனச் சூழ்ந்துகொண்ட கும்மிருட்டில் மின்னல் கிளைபிரிந்து மறைந்தது. மண்டையுள் ஆவி பறந்தது.

“க... கூ! க... க்... கூ! கூ... கூ!!!”

எங்கோ மரப்பொந்திலிருந்து ஏதோ ஒரு பறவை, அவளைக் கேலி செய்ததா?

அல்லது உலகத்தின் உற்பவசோகத்திற்கு தன் குரலைக் கொடுத்ததா!

மாலை வருகிறது.

ஆசையுடன் வாசல் வழி எதிர்பார்த்திருந்த விருந்தாளி ஓசைப்படாமல் கொல்லை வழியோ, பக்க வழியோ வந்து கூடத்தில் அமர்ந்துவிட்டாற்போல், வந்தது தெரியாமல் வருகிறது. கரைத்துக் கழித்து கொட்டிய ஆரத்தி போன்று மாலை ஒளியின் செம்பிழம்பு தோட்டத்திலும் ஓட்டிலும் சுவர்களிலும் வழிகின்றது.

மஞ்சளையும் சுண்ணாம்பையும் கலந்து கரைத்த மங்கல

ஆரத்தி.

காலையின் மஞ்சள் வெய்யிலும்

உச்சியின் வெள்ளை வெய்யிலும்

கலந்த விளைவுதான் மாலையின் மங்கல ஆரத்தி வெய்யிலா?

அப்படியானால் தினமே திருமணந்தானா?

இன்றுதான் இது எனக்குப் புரிகின்றதா?

அடுக்களையின் நிழல்கள் சூழ்ந்த இருளில் அடுப்பில் ஆடும் நெருப்புக் கொழுந்துகளில் சிவப்பு விட்டு விட்டுக் கக்குகின்றது. நெருப்பே, தான் சுண்டச் சுண்ட எரிந்து வடிக்கும் சத்துத் தானோ சிவப்பு?

சீதை குளித்த நெருப்பு.

நெருப்பின் புனிதம் சீதைக்கா

சீதையின் புனிதம் நெருப்புக்கா?

சமையல் முடிந்து, அடுக்களையின் புழுக்கம் போக முகம் கழுவி, கண்ணாடி பார்த்துக் குங்குமம் இட்டுக்கொள்கையில் பொட்டு வழக்கமான அளவுக்குச் சற்றுப் பெரிதாக விழுந்துவிட்டது. இட்டதைக் குறைக்க மனமில்லை. இன்று இப்படியே இருந்துட்டுப் போகட்டும்; இன்று நெருப்பை இட்டுக் கொண்டிருக்கிறேன் – அப்படித் தோன்றியதுமே இட்டவிடம் சுட்டாற் போலிருந்தது.

பிறகே, அவளுக்குத் தன் முழுவசத்தில் இருந்ததாய்த் தோன்றவில்லை.

'இன்று' 'இன்று' என்று இறக்கைகள் அவள் கால்களில் தாமே பொருந்தி, பாதங்களைத் தரையில் பதிய விடவில்லை.

ராச்சாப்பாடு, அது ஆனபின் அடுப்பை மெழுகி, அடுக்களையை அலம்பி, இதுபோல் நடக்க வேண்டி, இதர காரியங்கள், அவைகளில் தன் ஈடுபாடு எல்லாமே திரும்பத் திரும்ப நடக்கும் தினசரி வாசனையில், தம்மைத் தாமே உந்திக்கொண்டு நிறைவேறி முடிவடைந்தன போல் தோன்றிற்று.

ஆச்சு. கொல்லைக் கதவையும் அடைச்சாச்சு. ஊரோசை எப்பவோ அடங்கிவிட்டது.

கிழவர், கட்டையைத் திண்ணையில் நீட்டிவிட்டார். குறட்டை கிளம்பிவிட்டது.

ஒரு கையில் விடிவிளக்கு. மறு கையில் சொம்புடன் மாடிக்குக் கிளம்பினாள் ஜகதா.

கூடத்தில் சூழ்ந்த கும்மிருட்டில் ஊஞ்சல் சங்கிலி கிறீச்சிட்டது.

கை விளக்கின் துணை வெளிச்சத்தில் ஊஞ்சலில் அத்தை உரு, கடல் நடுவே பாறைபோல் தெரிகின்றது. இத்தனைக்கும் நான் கடலைக் கண்டதில்லை; பாறை பார்த்ததில்லை. ஆனால், கண்டால்தான் உண்டோ? தோன்றினாலே கண்கூடும் தாண்டிக் கண்டது தானே!

பாறையெதிரே சென்று மௌனமாய் நிற்கின்றாள்.

பாறையில் செதுக்கி அங்கிருந்து வீசும் பார்வையில் இவர் அத்தையுமில்லை. நான் மருமகளுமில்லை; கற்பங் கற்பமாய் ஆணுடன் பெண் கூடி மனித குலத்தை ஈன்றெடுக்கும் மாதர் குல சக்தியின் பாறையிது. இந்தப் பாறையினின்று, என் பங்கை வாங்கிக்கொள்ளும் பாறையின் சக்தி நான்.

விளக்கையும் பாலையும் அத்தையின் கையிலே கொடுத்து நமஸ்கரித்து, எழுந்து மறுபடியும் வாங்கிக்கொண்டு மாடி வழி திரும்புகிறாள்.

இன்றைய மாடிக்கு இத்தனை படிகளா என்ன?

எத்தனை இருந்தாலும் என்ன, எங்கிருந்தாலும் இன்று நான் சிகரத்திலிருக்கிறேன்.

இன்று நான் என் விசுவரூபத்தில் இருக்கிறேன்.

இன்று நான் என் திக்விஜயத்தில் இருக்கிறேன்.

இன்று எனக்குத் தெரியும், அவர் இன்னும் தூங்கவில்லை.

அவர் தூங்கமாட்டார். தூங்கினாலும் என் சக்தி தூங்க வொட்டாது. தீர்மானமாய், சந்தேகமறத் தெரியும்.

இந்த உணர்வுதானோ இன்று இன்று என்று, இன்று காலையிலிருந்து என்னை நச்சரித்துக்கொண்டு திரண்டிருக்கும் 'இன்றி'ன் பொருள் விளக்கம்?

இது என்னை ஆட்கொண்டபின், நானே என்னிடத்தில் இல்லை. என் செய்கைகளை நானே கவனிக்கிறேன்.

இதோ விளக்கையும் பாலையும் வட்ட மேஜை மீது வைத்துவிட்டுத் திரும்புகிறேன்.

இருளில் எனக்காக விழிகள் காத்திருக்கின்றன. அவை என்னை விழுங்குகையில் நான் என்னை, என் முழுமனதுடன், உடனே முழு அவாவுடன், உடனே அடுத்து என்னை மறந்து, இழப்பது இதோ தெரிகின்றது. என் மார்த்துணி சரிகின்றது.

இன்று நான் என் மூன்றாம் ஸ்தனத்தை இழந்தேன்.

அன்று அவளுக்கு வெட்கம் கண்டது.

இன்று எனக்கு வெட்கம் விட்டது.

கால் தடுக்கி மெத்தையில் அவர் மேல் அப்படியே விழுகிறேன்!

இடைத்துணி நெகிழ்கின்றது. ஆயினும் எனக்கு ஏன் முகம் கவிழவில்லை?

ஒருவரொடொருவர் பின்னிப்புரண்டு பிணைந்து இருவரும் ஒன்றாகி, அவ்வொன்றும் அன்று என்ற ஒன்றலில், மூச்சோடு மூச்சு கோர்த்து வாங்கும் மூச்சிறைப்பில் யார் மூச்சு யாருடையது. மூச்சுத்தானா, அல்லது பூமி தன் அச்சுப் பிசகிப் போச்சா? கண் திறந்திருப்பதற்கும் மூடியதற்கும் வேறு தெரியாமல் திகைக்கடித்து எங்கும் ஒன்றாய் அவ்விருளில், இருள் தோற்றுவிக்கும் தோற்றங்களில் கண்ணுக்குள்,

வெள்ளிமணிகளின் கிண்ணி

மலரின் செங்குகை

ஈரத் திரியில் நீலச்சுடர்ப் பொறி

மீனின் அடிவயிற்றின் ஒளிமருட்சி

எண்ணாயிரம் நட்சத்திரச் சொரி–தெரிகின்றன.

அங்கத்தில் அங்கம் அழுத்தி, இரு கூறு ஒன்றோடொன்று பொருந்தி எப்படியேனும் ஒன்றாய், அந்த ஒன்றும் அன்று என இழைந்துவிடத் தவிக்கும் இப்பேரிணைப்பின் அவஸ்தையில் என்னதான் அழுந்தியும், என்னதான் இழைந்தும், இருகூறு

இருகூறுதான் என்று உணர்ந்த பிளவின் ஏக்கம் நெஞ்சைப் பிளந்துகொண்டு எங்களிருவரிடமிருந்து ஒரே சமயத்தில் கிளம்பிய கேவலில், இன்று, நாளை, இரவு, பகல் என வேளையைக் கீறும் நினைவு தன் குமிழி வெடித்து என்னுள் புகுந்த உயிர் வெள்ளத்தில் நான் மூழ்கிப்போய், மூழ்கிக் கொண்டிருக்கையிலேயே எங்கள் இருகூறால்தான் இப்பேருறவு, இப்பேருறவால் இப்பேரிழைவின் இப்பெருவெள்ளம் என இத்தனையும் புரிந்துகொண்ட அத்தனையும் இவ்வெள்ளத்தில் அடித்துக்கொண்டு போகும் தருணத்தில் ஒன்று, தன் புதிர்விட்டு நெஞ்சில் பதிந்தது. இன்று இன்றாய் என்றிலிருந்தோ அன்றன்றாய் சேர்ந்து இருந்துகொண்டே இருக்கும்.

இன்று
என்பது
நானேதான்.

22

நேற்று

இரவு, மோருக்கு சாதம் கொண்டுவந்தவள், திடீரென சிப்பல்தட்டைக் கீழே வைத்துவிட்டு கொல்லைப்புறம் ஓடின 'திடுதிடு' கேட்டு அம்மாவும் பின்னாலேயே போனாள். இலையில் கை காயும் இம்சை முதன் முதலாய் நேற்றுத்தான் தெரிந்தது. கிணற்றடியில் மறுக்கி மறுக்கி அவள் கமறுகையில், இங்கு எனக்கு அடிவயிற்றில் பந்துபந்தாய் சுருட்டுகிறது. இலையில் ஆறிப் போன சாதம் வேல்வேலாய் சிலிர்த்துக்கொண்டது. இது என்ன பயம்?

மருமகள் ராஜாத்தி, மாமியார் தோழிப் பெண் என இவள் முன்வர, அம்மா அவள் தோளைப் பிடித்து நடத்திவர, இருவரும் ஒழுங்கையறைக்குச் சென்று, சற்று நேரம் கழித்து அம்மா மாத்திரம் திரும்பி வருகிறாள். என் கண்ணில் எழுந்த வினா அம்மா உதடுகளில் கொக்கியாய் மாட்டிக்கொண்டு புன்னகையில் இழுக்கிறது.

‘எல்லாம் நல்லதுதான்; நேர வேண்டியதுதான் கிரமப்படி நேர்ந்திருக்கு. மோருக்கு சாதம் வேறே போடட்டுமா?”

கையை உதறிக்கொண்டு எழுகிறேன். வேண்டியதில்லை.

மாடியறைதான் என் வளை; என் கூடு; என் அரண். எத்தனை வெளிச்சமானாலும் அங்கு மாத்திரம் தொங்கும் இருள்தான் என் தஞ்சம்.

கட்டிலில் விழுகிறேன்.

திடீரென என்னை மல்லாக்கப் புரட்டி இரு கைகள் இறுக அணைத்தன. நெஞ்சடியில் கல்லிட்ட ஸ்தனங்கள் அழுங்கி விம்முகின்றன. திமிறத்திமிற வாயில் ஒரு முத்தம். உதட்டில் தணல் தீய்ந்தது.

அந்த ஆலிங்கனத்தினின்று விடுவிடுத்துக்கொண்டு அறையினின்று வெளியேறி, மொட்டை மாடியில் குட்டித் திண்ணையில் குந்தி, நெற்றிப் பொட்டை இரு கைகளாலும் பிடித்துக்கொண்டேன். மண்டை திகுதிகுவென எரிந்தது.

“எல்லாம் நல்லதுதான்.”

மூடுசூளை இல்லாவிட்டால் அம்மா அம்மா இல்லை.

ஆனால், இப்படித்தான் சொல்லணும் போலும்;

“நேர வேண்டியதுதான் நேர்ந்திருக்கு.”

ஆனால், எதுவுமே, தான் நேர்ந்ததுடன் நில்லாது. அதே சமயத்தில் எல்லோருக்கும் தனித்தனியாய் வேறு நேரும். இது தனித்தனி மயத்தின் தன்மை யாது? ஒரே சம்பவத்தில் யாவரும் எப்படிப் பாதிக்கப்பட்டவர்களாகிறோம்?

ஆனால், இதுவும் தெரியாமல் இல்லை. உயிருக்கு உயிர் உடல் இரண்டும் ஒருப்பட்டுக் கருவுற்று உருப்பெற்று முழுப் பட்டதும் வெளிப்பட்டு, யுகம் யுகமாய் நேர்ந்து நேர்ந்து வடுப் பட்ட உண்மைதானே இப்பவும் நேர்ந்துவிட்டது; ஆயினும் எனக்கென்று ஏற்பட்டது எனக்கேன் பழகிப் போகவில்லை? என் பத்திரம் எப்படித் திடீரென்று என்னின்று கழன்றுவிட்டது? அது போனால்தான் போகட்டும் என்று ஏன் மனம் சமாதானமடைய முடியவில்லை?

ஆனால் ஸ்திரீகள் எப்படியோ, இப்படித் தங்களுக்கு நேர்வதை சடுதியில் ஏற்றுக்கொண்டுவிடுகிறார்கள். இதை வரவேற்கிறார்கள். இல்லாவிட்டால், “எல்லாம் நேர வேண்டியதுதான் நேர்ந்திருக்கு”

என்று தன் இனத்தின் வெற்றியை அம்மா இப்படி என் முகத்திலேயே வீசுவாளா? இப்படிச் சொல்லிவிட்டு உடனே உதட்டைப் பிதுக்கிய அவள் கோணச் சிரிப்புக்கு வேறென்ன பொருள்? 'இனி நீ தப்ப முடியாது' எனும் கொக்கரிப்புதானே அது?

நம்மைவிட உண்மையைக் கண்டவர்கள் இவர்கள்தானோ?

உண்மையும் இதுதானோ?

அன்று நேர்ந்தது நேர்ந்தபோது, அதன் விளைவு இப்படி என்று அப்போது எனக்கு எப்படித் தெரியும்? நானே இவளை இவளாகவே நினைக்கவில்லை. நானும் நானாயில்லை. இருளில் திடீரென மூக்குத்தி சுடர் விட்டதும் அரைத் தூக்கத்தின் அரைமயக்கத்தில் ஏற்பட்டது. ஏதோ தியானத்தின் தரிசனம் என்ற நினைவின் போதையினின்று இன்னும் முற்றிலும் என்னால் மீள முடியவில்லை.

நான் ஏமாந்துபோனேன்.

ஆம், இதுவே என் வேதனை.

ஏமாந்துபோக என்றுமே பழகமுடியாது.

ஒருத்தி ஏமாற்றி ஒருவன் ஏமாந்து, அல்ல

ஒருவன் ஏமாற்றி

ஒருத்தி ஏமாந்து, நிச்சயமாய் இருவரும் ஏமாந்து

ஏமாந்து –

உலகம் இயங்குவதே இப்படித்தான் என்பதை

நினைத்துப் பார்க்கையில்

உலகம் சமாதானம் அடைந்துவிடுகிறது. ஆனால்

மனம் அமைதியடைய மறுக்கின்றது.

உலகம் ஒரு உண்மை; ஆயினும் அதன் தனித்தனி

நியாயம் வெவ்வேறு.

இதோ கூரையுச்சியில் பூனை தன் வாயை நக்கிக்கொண்டு செல்கின்றது. உலகம் தெரிந்து ரகஸ்யமாய், எதையோ திருடித் தின்றுவிட்டு, திருப்தியாய். ஆனால், இதேபோல் காட்டிலோ கூட்டிலோ புலி தன் வாயை நக்கிக்கொண்டு நடந்தால் இப்படிச் சொல்வோமோ? புலிப்பசி ஓயாப்பசி என்று புழுங்குவோம். என்

திகைப்பு, என் பசி என்னவென்று புரியாமலே தவிக்கிறேன். எனக்கு என் நியாயம் கிடைக்கவில்லை.

ஆனால்

“நேர வேண்டியதுதான் நேர்ந்திருக்கு.”

நேற்று –

நேற்றைப் போலிருக்கு.

ஆனால் நேற்றைக்கின்னிக்கு தழைஞ்சுட்டாள்.

ஆனால் சாளைக்கல்லே.

தான் சுமப்பது தன்னோடு இன்னொரு உயிர்னு காட்டிக்காமல், தூக்குவது தண்ணீர்க் குடம்போல் தன்னால் முடிந்த வரை, முடியாதபோது சுறுசுறுப்பாய் வளைய வராள். இதில் எம்மட்டு வீறாப்பு, எந்த அளவுக்கு சஹிப்புன்னு தெரியாதபடி என்னையும் ஏமாத்தப் பாக்கறாள்.

ஆனால், கிணத்தடியில் அவள் விட்டுச் செல்லும் அடிச் சுவட்டில் நாளுக்கு நாள் கன அழுத்தம் எனக்குச் சொல்றதே! மாதம் அஞ்சுக்கு வயிறு பெரிசு. பிறக்கப் போறது பெண்தானோ என்னவோ? குனிஞ்சால் ஒரு இரைப்பு, நிமிர்ந்தால் ஒரு மேல் மூச்சு.

“உட்காரு, மூச்சு வாங்கிக்கோ; மிச்சத்தை நான் செய்ய றேன்”னா கேக்கமாட்டேன்கறா... “அதெல்லாம் ஒண்ணுமில்லே அத்தே, சித்தே நேரத்தில் சரியாய்ப் போயிடும்.” எனக்கு சவால் விடறாள். தன்னை விட்டுக் கொடுத்துக்கக் கூடாதாம்! அதென்ன ரோசமோ? அப்படியேதான் இவளை உக்காத்திவெச்சு செய்ய எனக்குத்தான் உடம்பு லகுவா இருக்கா? மனமிருந்தா ஆச்சா? உடம்பு ஒத்துழைக்க வேண்டாமா? நாளுக்கு நாள் உடம்பு ஊதற வேகம் பதினெட்டு முழம் போதல்லே. முறையா, பிராணன் மூக்காலோ காதாலோ கண்ணாலோ வாயாலோ பிரியாமல், ஒரு நாள் ‘டொப்’புனு வெடிச்சுடுவேனோன்னு எனக்கே பயமாய் இருக்கு.

பொம்மனாட்டி கஷ்டம் புருஷாளுக்குத் தெரியறதா? அவாளுக்கு அஞ்சும் மூணும் அடுக்கா வேண்டியிருக்கு. வேளைக்கு ஒண்ணு குறையப்படாது. அப்படியே குறைச்சுப் போட்டாலும் நமக்கும்தான் மனசு கேக்கறதா?

இதோ ஆச்சு; நாள் கிட்டக்கிட்ட நெருக்கிடுத்து. வளை காப்பும் சீமந்தமும் ஆச்சுன்னா, பிறந்த வீட்டுக்குப் போயிடுவாள்.

அப்புறம் என்ன பண்ணுவேன்! வேலைக்கு நான் பயப்படல்லே. போட்டதைச் சாப்பிடுவான் பிள்ளை; கவலையில்லை. அவருக்கும் இனி ராத்திரி மோர்சாதமோ புழுங்கலரிசிக் கஞ்சியோதான்; மத்தவைதான் உடம்புக்கு ஒத்துக்கல்லியே!

பிறந்த வீடு, இதோ தெருக் கோடிதான். ஆனாலும், பிரிவு கஷ்டமாயிருக்கு.

நேற்று மாதிரியிருக்கு –

பாவாடையும் சட்டையுமாய் வந்தாள். இப்போ வயிறும் பிள்ளையுமாய்ப் போய் தையல் நாயகி புண்ணியத்தில் தாயும் குழந்தையுமா திரும்பி வரப்போறாள் என்கிறதை நினைச்சுப் பாக்கறபோது நெஞ்சு உடம்பு கொள்ளல்லே.

மனமறிஞ்சு இதம் தெரிஞ்சு நடக்கறதுங்கறது வரப்ராசதம் தான். வந்த புதுசில், பழகறதுங்கறது, பாசாங்கில் ஆரம்பிச் சாலும் பாசத்தில் முடியறப்போ, அதில் சம்பந்தப்பட்டவாளின் பாக்கியமும் கலக்காமல் மந்திரத்தில் விழுற மாங்காய் ஆயிடுமா அது?

நேற்று –

நான் என்னவோ எனக்கு நினைப்புக்கு வர வேளையெல்லாம் நேற்று நேற்று என்கறேன். அது நேற்றோ இன்னிக்கோ? எனக்கு சிரிப்புக்கூட வரது.

நேற்று பாதிராத்திரி; மாடியிலிருந்து இறங்கிவந்து நாந் தூங்கிப்போயிட்டேன்னு நினைச்சுண்டு, என் கால்மாட்டில் கிடந்த போர்வையை விரிச்சு என்மேல் போர்த்திவிட்டுப் போனாளே, அது பாசத்தினால் இல்லை, வேஷக் காரியம்னு மலையாட்டம் மாரிலே கையை வெச்சிண்டு நான் மனமாரச் சொல்ல முடியுமோ? அப்படியே சொன்னாலும், அப்படிச் சொல்ற நாக்குக்கு நரம்பில்லையானாலும் உடலுக்கு முன்னால் மார் 'பட்டு'னு வெடிச்சுடாதா! எதற்காகக் கீழிறங்கி வந்தாளோ. அந்நேரம் குட்டி எனக்காகத்தானே வந்தாள் என்று நினைக்க நினைக்க மார்சுரக்கும் போல் தவிக்கிறது.

"அத்தை நீங்கள் ஏன் இப்படி சபலத்தில் அவஸ்தைப் படறேள்? மசக்கைன்னு எனக்குத் தனியா இதைத் தின்கணும் அதைத் தின்கணும்னு ஆசை தோணல்லே. நம் ஆத்துலே ஒண்ணேனும் குறைவாயிருந்தால்தானே! ஆனால், நீங்கள் கேக்கறதுனாலே தோணறது. ஒரே ஒரு ஆசை; சின்ன

ஆசைதான். கொஞ்ச நாளாவே நேர்ந்துக்கிறதில்லே. உங்களுக்கு சிரமமில்லாட்டா, எனக்கு ராவேளை நீங்களே சாதம் போடுவேளா? நானே போட்டுண்டு நானே தின்கறப்போ தவிட்டைத் தின்கறாப்போல் தொண்டையை அடைக்கிறது. எனக்கு எதுவுமே உங்கள் கை பட்டால் தனி ருசி. எனக்கு இப்பவே அமிர்தத்தின் ருசியைவிட அன்பின் மணம்தான் தேவையாயிருக்கு..."

அப்படியே நான் அவளைக் கட்டிண்டுட்டேன். எனக்கு அழுகை வந்துடுத்து. இதுகூடத் தெரியாமல் நான் எப்படி இவ்வளவு மௌட்டீகமாயிருந்துட்டேன்?

சின்னச்சின்ன விஷயங்கள்தான். நினைவில் சேகரிக்கவும் சௌகரியமான விஷயங்கள். ஆனால், உன்னிப் பார்க்கப் பார்க்க, அலக்காமல் விரியும் சக்தி அதுகளுக்குத்தான்.

நேற்று சாயந்திரம் விளக்கேற்றினதும் வழக்கம்போல் என்னை நமஸ்கரித்தாள்.

"நன்னாயிரு மகராஜியா! நமஸ்காரம் பண்ண வரவாளை தடுக்கப்படாது. ஆனால், இந்த சிரமத்தை இனி மேல் நீ தினமும் படணுமா?"

நெருப்பிலே விழுந்துட்ட மாதிரி அவள் புருவம் நிலை கொள்ளாமல் தத்தளிச்சது பார்க்க சங்கடமாயிருக்கு. இந்த மாதிரி சமயங்களில் அவளை நேர்முகம் பார்க்கக் கொஞ்சம் அச்சமாதானிருக்கு. அம்பாள் முகத்தை அர்த்தஜாம கற்பூர ஹாரத்தியில் பார்க்கறாப்போல்.

"என்ன அத்தை விளையாட்டுக்குச் சொல்றேளா, நிஜமாவேவா?"

எனக்கு ஏண்டாப்பா சொன்னோம்னு ஆயிடுத்து.

"இத்தனை நாள் சொன்னேனா?" என்றேன்.

இந்த மழுப்பல் சமாதானம் ஆகுமா, அதுவும் அவளுக்கு!

"அப்போ, ஏன் இப்போ சொன்னேள்?"

"எல்லாம் நல்லதுக்குத்தான்னு வெச்சுக்கக் கூடாதா, உன்னுள்ளேயே இப்போ ஒரு உலகம் வளந்துண்டிருக்கு."

புன்முறுவல் பூத்தாள்.

"தவிர ஒவ்வொரு நமஸ்காரத்திலும் வணங்கறவாளுக்கு வணங்கப்பட்டவாளுடைய பலத்தில் ஒரு பங்கு போய்ச் சேர்ந்துடறது, தெரிமோன்னோ?"

அவள் முறுவல் மாறவில்லை.

"உங்களுக்கு இன்னும் தனியாய்ப் பலம் வேணுமா? தாங்கறதுக்கு நாங்கள் இருக்கோமே போதல்லையா?"

"மலை மாதிரி இந்தச் சரீரத்தையா? நீங்களா? தனியாவா??"

"அத்தை நீங்கள் மலையில்லை; எங்கள் குடை."

"டேயப்பா! உன்னை ஜெயிக்கவே முடியாது!"

"அப்படியானால், அதுவே உங்கள் ஆசீர்வாதமாயிருக்கட்டும்"னு உடனே விழுந்து நமஸ்கரித்தாள். ஒண்ணு – ரெண்டு – மூணு – நாலு – அஞ்சு, அவள் மூர்க்கம் எனக்கு நிஜமாவே உடம்பு ஓஞ்சுவர மாதிரி ஆயிடுத்து.

சின்னச் சின்ன விஷயம்.

உண்மையில் சின்னதுதானா?

வேடன் சுட்ட வெடியில் கலைஞ்சுபோன பக்ஷிக் கூட்டம் மாதிரி ஏதேதோ அர்த்தங்கள். அற்புதங்கள், வார்த்தையில் மாட்டிண்டு, கேட்டவாளுக்கும் சொன்னாவாளுக்கும்கூட, முழுக்கப் புரியாத தினுசில் இறக்கையடிச்சுண்டு தவிக்கறதுகள். முழுக்க அடையாளம் கண்டுகொள்றதுக்குள்ளே நாக்கில் கரைஞ்சுபோயிட்ட தித்திப்பு மாதிரி இந்த நிலை, அனுபவிக்கிறதுக்கு ஆகாசத்தில் மிதக்கிற மாதிரியிருக்கு.

'டேயப்பா!'

23

நேற்று

உச்சி வெயிலுக்கு ஒரு குருவிக்காரி பிச்சைக்கு வந்தாள். தகரக் குவளையைத் தட்டிக்கொண்டு, வாய்க்கு வந்ததைப் பாடிக்கொண்டு, அதுக்குத் தக்கபடி ஆடிக்கொண்டு,

"டேக்கு மைனா டேக் டேக்

லேலேலே லெல்லே லேலே

லேலேலே லெல்லே லேலே

லாலி லல லல்லாலிலீலீலால லல்லாலலீ

லல்லாலக்கடி லல்லாலக்கடி லல்லாலக்கடி

லேலேலே

நன்னாலக்கடி நன்னாலக்கடி லல்லாலக்கடி

நாநாநா!"

வயசுப் பெண். தன் மெட்டில் தானிழைஞ்சுபோய் அவளுக்கு வெறியாட்டம் கண்டுடுத்தது. கையும் காலும் தனக்குத்தான் தலையாட்டமா தலை தெரியாமல் இயங்கறது. தொப்புளுக்குக் கீழே பாவாடையிறங்கிப் போச்சு. மாருக்கு ஏறிப்போன ரவிக்கைக்குள்ளே கூட்டுக்குள்ளே குருவியாட்டம் குடத்து விளிம்பில் ஜலமாட்டம், குத்துமுலை தளும்பறது. பாசிமணி மாலை கழுத்தில் மூலைக்கொண்ணா குதிக்கறதுகள். அவள் ஆட்டத்தைப் பார்த்து அத்தையும் நானும் குலுங்கக் குலுங்கச் சிரிச்சு வயிறு வலிச்சுப் போச்சு.

"மூலைப் பழையதில் உப்புக்கல்லைக் கரைச்சுக் கொண்டு வந்து இவளுக்கு ஊத்து."

நான் ஊத்த ஊத்த, உறிஞ்சி உறிஞ்சிக் குடிச்சும், குவளை வழிஞ்சு போச்சு. தடிச்சி! இருந்தாப் போலவிருந்து என் கைச் சட்டியைத் தொட்டுட்டா. அத்தைக்கு கனகோபம் வந்துடுத்து. அத்தைக்குக் கோபம் வந்து, நான் இப்பத்தான் பார்த்தேன்.

"ஹத்து, திமிர்பிடிச்ச கழுதை! ஓடு, இந்த இடத்தை விட்டு!"

புறங்கையால் வாயைத் துடைச்சுண்டு எழுந்தவள், திடீர்னு இடுப்பைப் பிடிச்சுண்டு உட்கார்ந்துட்டா.

"என்னடி, மாய்மாலம் பண்ணறே? நடையைக் கட்டறையா இல்லை?"

ஆனால், குருவிக்காரிக்குக் காது கேக்கல்லே. அவளுக்கு இப்போ காது கேக்க முடியாது. முகம் திடீர்னு வெளிறிட்டுப் போச்சு. முகத்தில் வேர்வை 'குப் குப்'புனு கொப்புளிச்சு வழிஞ்சு பூமியில் சிந்தறது. இடுப்பிலே உடம்பு மத்தாய்க் கடையறது. நெற்றியில் மயிர் வழிஞ்சு கண்ணைக் குத்தறது. முழி ரெண்டும் மேட்டுலே செருகிப் போச்சு.

"ஐயோ! அம்மா!!"

எனக்கு ஒண்ணும் புரியல்லே. ஆனால் அத்தைக்குப் புரிஞ்சு போச்சு. கண் விரிஞ்சி போச்சு. கன்னத்துச் சதையைக் கொத்தா ரெண்டு கையிலும் கெட்டியா பிடிச்சுண்டுட்டார்.

"அடிப் பாவி!"

"அட ராமா!!"

"குட்டி, ரேழி உள்ளை அவசரமா ஒழி!"

ஒழிக்கக்கூட நேரமில்லை. சாமான்களை அப்படி அப்படியே ஓரமாய் நகர்த்தி நடுவிலே இடம் பண்ணறதுக்குள்ளே, அத்தை குருவிக்காரியைத் தாங்கிண்டு உள்ளே வந்துட்டார். இடுப்பிலே ஒரு கை கொடுத்து அவள் கையைத் தன் கழுத்திலே சுத்திண்டு.

"ஊம்... ஊம், நீ வெளியிலே நட! உனக்கிங்கே என்ன வேலை?"

"வீல்"னு குருவிக்காரி போட்ட ஒரு அலறலில் வீடே அதிர்ந்து போச்சு. அடுத்தாப்போல 'குவா'ன்னு ஒரு புதுக் குரல்– குஞ்சுக் குரல், கொசிர்க் குரல், மொட்டுக் குரல், ஒழுங்கையுள் இருளை வெட்டிண்டு அதிலிருந்து வெளிப்பட்டதும் என் உடம்பு ரோமமெல்லாம் குடைக் கம்பியா விறைச்சுப் போச்சு.

தெருவே 'கொல்'னு ஆயிடுத்து.

மாமா உள்ளே நுழையற போதே, "...ம் பேரன் பிறந்தானா?"ன்னு பல்லைக் கடிச்சுண்டு கேட்டுண்டே நுழையறார். ஆனால் இதுக்கெல்லாமா அத்தை கிணுங்கறவர்?

"இதோ, நீங்கள்தான் பாருங்களேன்!"

குழந்தையை ஏந்திண்டு அறைவாசல் படிக்கு வந்து அத்தை பொக்கைவாய்ச் சிரிப்போடு நிக்கறார்.

என் காலடியிலே பாம்பு. அத்தை குழந்தையைத் தூக்கற மாதிரியில்லை. குழவியைத் தூக்கற மாதிரிதான் அத்தையின் கை தாங்கறது. கிள்ளினால், கிள்றத்துக்கு விரலுடுக்கிடுக்கிலே சதை சேராது. இப்பவே அவ்வளவு அழுத்தம். சுறுசுறுன்னு மயிர் கண்ணிலே வழியறது. ஜெவஜெவன்னு உடல். ஆனால், பிறந்தவுடன் எந்தக் குழந்தைதான் கறுப்பாயிறுக்கு?

பத்ரகாளி!

அன்னிக்கு விளக்குவெக்கற நேரத்துக்கு அவள் புருஷன் தேசிங்கு ராஜன் ("ஊஷியோ ஊஷீ!") தலை முண்டாசும் குத்து

மீசையும் அரைக்கோவணமுமாய் தேடிண்டு வந்துட்டான். அவளும் கிளம்பிட்டாள். அண்டா நிறைய வெந்நீர் வெச்சு, தாயையும் குழந்தையையும் குளிப்பாட்டி, அத்தை சொல்படி சாதமும் ரஸமும் வெச்சு ஆவி பறக்கக் கிளறி, பிள்ளை பெற்றாள் ஆசைப்பட்டுத் தொட்டுட்ட சட்டியிலேயே நிரப்பிக் கொடுத்து, கூடவே கல்லாட்டம் ஒரு பழம் புடவை, குழந்தைக்குப் பழந்துணி, கையில் ஒரு அரை ரூபாய்க் காசையும் கொடுத்து அனுப்பிச்சுட்டு, அப்புறம்தான் அத்தை ஸ்னானம் பண்ண கொல்லைப்புறம் போனார்.

கிளிஞ்சல் சுண்ணாம்பு மாதிரி மாமா கூடத்தில் கொந்தளிக் கிறார்:

"ஆத்துக்காரன் அரையை மூட வேட்டியில்லாமல் காற்றில் பறக்கறானாம்; இவள் கும்பகோணத்தில் கோதானம் பூதானம் பண்ணற இந்த அக்ரமத்தைக் கேக்கறதுக்கு யாருமில்லையா?"

கோபம் வந்தால் கூடவே பிராசமும் எப்படி வரது?

ஆனால், அத்தையா இதுக்கெல்லாம் கிணுங்கறவர்?

அது கோவர்த்தன மலை. கோவர்த்தனத்தின் அடியில் ஒண்டினவாளுக்கெல்லாம் நிழல்.

அன்றிரவு வேலை முடிஞ்சு படுக்கையான பின்னும் எனக் கென்னவோ கிடக்கை கொள்ளவில்லை. கீழே இறங்கி வந்தேன். குத்துவிளக்கில் எண்ணெய் அதிகமோ என்னவோ, நின்று எரியும் சுடரில் கூடம் முழுக்க புஷ்பம் போல் மெத்துனு, இருளோடு கலந்த மென்மையானதொரு வெளிச்சம்.

ஊஞ்சல் சங்கிலி முனகித்து.

மெதுவாய்ப் போய், கால்மாட்டில் உட்கார்ந்து அத்தை காலை லேசாய்த் தொட்டேன்.

என் அம்மாவின்மேல்விட அதிக ஆசை பொங்கும் இந்த ரூபத்தை நான் அம்மாவென்பேனா? அத்தையென்பேனா? சில சமயங்களில் எனக்கு ஒண்ணுமே புரியமாட்டேங்கறது. இப்போ இருக்கிற நெஞ்சடைப்பில் எல்லாமே ஒண்ணாத்தான் இருக்காப்போல இருக்கும்.

அத்தை கண்ணைத் திறவாமலே புன்னகை பூக்கறார். அவர் கைகளைப் பற்றி, என் கன்னங்களில் ஒத்திக்கறேன்.

"அத்தை! அத்தை!! எனக்குப் பிள்ளைப்பேற்றை நீங்களே பண்ணுங்கோளேன்!"

ஏன் அப்படிக் கேட்டேன்? எனக்கே தெரியாது. அந்த நிமிஷம் வரை அந்த மாதிரி கேட்கப்போறேன்னு எனக்குக் கனவிலும் தெரியாது; அத்தையின் கைமகத்துவம்னுதான் நினைக்க வேண்டியிருக்கு.

"ஓஹ்ஹோ!"

அந்த த்வனியில் ஆச்சரியமா? கேலியா? பரிவா?

என்ன தெரியறது? மேருவைக் கண்டறிஞ்சது யார்?

அத்தை மெதுவாய் என் பிடரியை வருடுகிறார்; குறு குறுக்கிறது. இதமாயும் இருக்கு. உறக்கம் வராப்போல இருக்கு. அத்தை என் பேச்சை, மனசை தன் கைமகத்துவத்தால் மாத்தப் பார்க்கிறார்.

"அத்தை, நான் இங்கேயே இருக்கேன்!"

"அடி அசடே, உனக்கென்ன வீடில்லையா? தாயில்லையா? முதல்பேறு முறையா உங்காத்தில்தான் நடக்கணும்."

"அங்கே போனால் மாத்திரம் என்ன, என் பிள்ளையை நான்தானே பெறணும்! நம்ம வீட்டுச் சரக்கு நம் வீட்டிலேயே பிறந்தால் ஆகாதா?"

"தர்க்கம், நியாயம் எல்லாம் பிரமாதமாய்த்தானிருக்கு. ஆனால், சம்பிரதாயம், வழக்கம், முறைன்னு நமக்கு முன்னால் பெரியவாள் எல்லாம் தொன்றுதொட்ட ஏற்பாடா பண்ணிட்டுப் போயிருக்காளே, அதெல்லாம் பிசகுன்னு ஒரு நிமிஷத்தில் தூக்கியெறிஞ்சுட இந்த விஷயத்தில் என்ன அவசரம் வந்துடுத்து? நீ ஏன் கேக்கறேன்னு எனக்குத் தெரியும். இன்னிக்கு மத்தியானம் நடந்த விஷயத்தில் – அவள் குருவிக்காரியாயிருந்தால் என்ன, குபேர சம்பத்தாயிருந்தால் என்ன? நம் ஸ்திரீவர்க்கத்தின் மானம் அடமானம் மீட்க வேண்டிய அவசியம் நேர்ந்து போச்சு. அது மாதிரி உனக்கு நேரணுமா? அவளுக்கும் உனக்கும் ஈடா? அங்கு நீ பெற்றால் என்ன? நான் வந்து பார்க்க மாட்டேனா!"

என் பிடரியில் அத்தை கை எவ்வளவு சுகமாயிருக்கு! எனக்குத் தூக்கம் வரது. என்னையறியாமல் என் தலை ஆடி, அத்தை கைமேல் சாயறது; அப்புறம் நினைவில்லை.

24

நாளை –

நாளை என் வேளை. நான் வெளிப் புறப்பட்டு விடுவேன்.

வேளை கூடின சமயத்தில் எங்கு என் தாயோ – அது அவள் வீடோ, அத்தை வீடோ, எதிர்வீடோ, கிணற்றடியோ, நடுத்தெருவோ, அது என் கவலையில்லை; அந்தச் சமயத்தில் அது அவள் இஷ்டத்திலுமில்லை. வேளை கூடினதும் வெளிப் புறப்பட்டுவிடுவேன். மழையும் மகப்பேறும் மஹாதேவனுக்கே தெரியாது.

நேற்றாம், இன்றையாம், நாளையாம்! கர்ப்பத்தில் சிரிக்கிறேன். சிரிக்காமல் என்ன செய்வது? நான் சிரித்தால் வெளியிலிருப்பவர், "பார், பார், குழந்தை புரள்றது தெரியறது பார்!" என்று அவர்கள் மூக்கின்மேல் விரல் வைப்பது அவர்கள் குரலில் தெரிகின்றது. இங்கே இப்போ சிரிக்கிறேன். ஆனால் நாளை அழுதுகொண்டே தான் வெளிவரப்போகிறேன். இதை நினைக்க, இன்னும் அதிகமாக சிரிப்பு வருகிறது.

இருளின் மகவு ஒளி.

புற்றினுள் பாம்பு.

எந்தையும் தாயும் நெஞ்சு நெகிழ்ந்து, ஒன்று கலந்து நம்மை மறந்த தருணம் கருவில் தங்கியதிலிருந்து நான் அமர்ந்த தவத்தில் பொருளாகும் பதத்திற்கு இட்ட மறுபெயர் காலம். தவத்தின் இருக்கை கலையும் சமயங்கள் இறப்பு, பிறப்பு; இரண்டுக்கும் இடையே இரவும் இரவியும் வகுத்த நேற்று, இன்று, நாளை. காலம் என்பதே இவ்வளவுதானே!

ஆயினும் இதுதான் என் வியப்பு: கருவின் இருளில் தேறும் இத்தெளிவு, நாளை ஏன், நான் ஒளியில் வெளி வருகையில் மறைந்துவிடுகின்றது?

அதற்கும் பதில் இவ்விருள்தான் அருளவேண்டும். இருளில் இல்லாத பதில் இல்லவே இல்லை.

வியப்பின் அடித்தளம் சந்தேகம்.

ஒவ்வொரு வியப்பும் ஒரு பிறவி. ஒவ்வொரு பிறவியும் சந்தேகத்தின் பரிக்ஷை; தேக வழி சந்தேகத்தின் தெளிவு.

இந்தத் தெளிவு வரும், வரும் என நம்பி, எப்போது வரும் எனக் காத்திருக்கும் வேளை, நாளை நாளையென எத்தனை பிறவிகள்! அத்தனைகளினூடே தருணத்தின் எத்தனை மகத்தான தவம்!

உடலே பீடம்; செயலே தவம்.

கருவின் நிழலில், தருணப் பொறிமேல் விழும் பிறவியில் வரிகளாய் இவ்வளவும் காண்கிறேன். ஆயினும் உதரத்தின் இருளினின்று, நான் ஒளியில் வந்து விழுந்த தருணமே, என்மேல் என் முற்பிறவி, இப்பிறவி, பிற்பிறவி, மற்பிறவிகள், தாமே உரிச்சட்டைகளாய் விட்டுச்சென்ற சந்தேகங்கள் கவிகையில், திக்கு மருண்டு, கர்ப்பத்தின் இருளுக்கே மீள அழுகின்றேன்.

ஆனால், மீள முடியாது. என் தாயும் நான் உரித்த சட்டை தான்.

ஆனால், இங்கேயும் தங்கிவிட முடியாது.

இப்பவே இட நெருக்கடி. நான் வெளிவரும் வேளை ஒரு கணங்கூடத் தாண்டாது.

என்னை வாங்கிக்கொள்ள உலகம் காத்திருக்கின்றது.

ஆனால், உலகமும் ஒரு கர்ப்பம்தான். அதுவும் முடிந்த வரைதான் தாங்கும். அடுத்தாற்போல் தோள் கொடுக்க சாவு காத்திருக்கிறது.

எங்குமே தருணம் தங்க முடியாது. தங்க இடம் தேடி, தருணம் தவிக்கும் வியப்பேதான் அதன் தவமோ?

மறுபடியும் கேள்வி, மறுபடியும் சந்தேகம், மறுபடியும் பிறவி, ஓயாத தவம். என் தவத்தின் தூய்மைக்கு நான் உரித்த சட்டைகளே சாக்ஷி.

என் சட்டைகள் என் தாய்கள்.

அம்மா!

உன்னை அழைக்கும்போதே உருக்கம் தாளாது பிண்டம் புரள்கிறேன்.

அம்மா! உனக்கு என் முதல் அஞ்சலி.

உன் உயிருடன் என் உயிரையும் சுமக்கின்றாய். என் சுமை கீழ் உன்னால் நிற்கவும் முடியவில்லை. உட்காரவும் முடிய

வில்லை. நிலை கொள்ளவில்லை. ஒரு மாதமாகவே நீ துயிலிழந்தாய். உன்னால் நான் வளர்கிறேன் எனும் உன் ஆசையே நீ என் இமையில் தீட்டிய மையாகி, அது காட்டும் சித்திரம்தான் நான் நாளை விழிக்கப் போகும் உலகம்.

என்னை எனக்குத் தந்ததல்லாமல் நான் வாழ என் உலகையும் எனக்குத் தந்தாய். என்னை உண்டாக்கியதிலிருந்து என்னைச் சுமந்து, சுமந்து, நாளைவரை உன் நெற்றியில் கொப்புளித்திருக்கும் வேர்வையின் ஒவ்வொரு துளிக்கும் நான் ஒரு பிறவியெடுத்து, அதற்குள் உன் பிறவி எங்கேயோ அங்கு உன்னை அறிந்து வந்து உனக்கு உழைத்தாலும் உனக்கு நான்பட்ட கடன் கழியாது. தருணத்தின் தவமே, 'நேற்று', 'இன்று', 'நாளை' என்று என்றும் ஓயாத கடனைத் தீர்ப்பதுதானே!

இன்று, நேற்று, நாளை.

தருணத்தின் விஸ்தரிப்பு.

கர்ப்ப சயனத்தினின்று நான் எழுகையில் என் தாயின் கையினும் பெரிய தன் மடியில் என்னை ஏந்தக் காத்திருக்கும் பூமிக்கு என் அஞ்சலி.

சடலத்தினின்று என்னை விடுவித்து என் தவத்திற்கு என்னைப் புதுப்பிக்கும் சாவுக்கு என் அஞ்சலி.

அஞ்சலியில் குவிந்த கைகளுடனேயே நான் புறப்படுகிறேன்.

25

திடீரெனப் பூசணிக்காய் புளிக்கூட்டுக்கு ஆசை வந்தது.

அங்கு இருக்கும்வரை ஒரு சபலமும் தலை காட்டவில்லை. தாய் வீடு வந்தாலே கூடவே ஏதாவது தோணனும்னு சாபமோ?

அதுவும் போயும் போயும் பூசணி!

உறியில் ஒன்று பிள்ளையார் போல் உட்கார்ந் திருப்பதைக் கண்டதுதான் காரணமோ என்னவோ தெரியவில்லை.

திடீரெனப் பூசணிக்காய் புளிக்கூட்டுக்கு ஆசை வந்தது.

"நான் உடைப்பேன். நீ உடைப்பேன்!" என்று தம்பிகளுள் போட்டி. வாண்டுகள் தூக்க முடியாமல் தூக்கிக்கொண்டு, காயைத் தொப்பையோடு நழுவியபடி ஒருவரோடொருவர் சண்டையிடுவதைப் பார்க்க வேடிக்கையாய் இருந்தது.

காய் கனந்தாங்காது யாருக்குமில்லாமல், திடீரெனக் கை நழுவிக் கீழே உருண்டது. விரிசல் கிளை பிரிந்து காயில் மின்னலோடுவதைக் கவனித்துக் கொண்டிருக்கையிலேயே, 'உடைந்தது பூசணியா? தானா?' எனத் தனிப் புரியாதபடி வலி இடுப்பைக் கத்திரிப் பிடியில் முறித்து அவளைக் கீழே சாய்த்தது.

"அம்மா! அம்மா! வாயேன்!! ஜகதா என்னவோ மாதிரி முழிக்கறாளே!"

முகத்தில் வேர்வை ஜலகண்டமாய்க் கொட்டறது. ஈரக்கையை முந்தானையில் துடைத்தபடி அடுக்குள்ளிலிருந்து அம்மா பதறி ஓடிவருவதற்குள், பல்லைக் கட்டித் தன்னைத் தானே இழுத்துக்கொண்டு, இரு இரு வலியே பொறு பொறு, நான் ஒழுங்கையுள்ளை அடையும் வரை - பகலானாலும் அங்கே சதா தேங்கியிருக்கும் இருட்டில் அடைக்கலம் சேரும் வரை; அதில் என்னையே நான் அடையாளம் தெரியாமல் இழைஞ்சு போவதற்குள் என் மானம் என்னென்ன எவ்வளவு குலைஞ்சு போச்சோ எனும் எண்ணற்ற திகில்கள் பல்லற்ற வாய்களில் கவ்வுகையில் வலிகூட மங்கி, 'நான் அறைமறைவுக்கு வந்து சேரும் வரை காத்திருந்து மானம் காத்ததற்கு, வலியே, உனக்கு நமஸ்காரம்; எனக்கெல்லாம் நல்லபடியா நடந்து முடிஞ்சு இதுக்கு நான் தப்பிப் பிழைச்சால், நீ பொறுத்த கருணைக்கு உனக்கு 108 கொழுக்கட்டை - இல்லை என்னால் முடியாது; ஒரு சதிர்த் தேங்காய், கொழுக்கட்டைக்கு காரணம் கேட்டால், விவரம் சொல்ல எனக்கு வெட்கமாய் இருக்கும். ஆனால் அத்தை புரிஞ்சிப்பார்; அம்மா கேலிதான் செய்வாள்; "நன்னாயிருக்குடி, நீ வலிக்கு வேண்டிக்கிறது! வலிய ஒரு சாமியாய்க் கொண்டாடற புதுமையை உன்கிட்டத்தான் கண்டேன்." சாவு எமனை ஒரு சாமியா நினைக்கறப்போ வலியை ஏன் நினைக்கப்படாது? நல்லது பொல்லாதது இடறிவிழுந்தது எல்லாமே சாமியாக் கொண்டாடித்தானே அத்தனையும் மிஞ் சமுடியும்? ஆனால் அம்மாவுக்கு, பாவம், பெத்துப் பெத்துப் பழக்கமாப் போச்சு; முதலது அவளுக்கு மறந்துகூடப் போயிருக்கும். இந்த ஒழுங்கையுள் நல்ல ஆவிவந்த உள். அம்மாவின் பிரசவம் அத்தனையும் இங்கேதான் கண்டிருக்கு;

வலியே, வந்துட்டியா! சரி, வா வா! உன்னை நான் பட்டுத்தானே ஆகணும்! வா வா, எத்தனை நாழி நீயும் பொறுத்திருப்பாய். நீ வந்தால்தான் நீ போகமுடியும். நீ வராமலே இருந்துட்டா ஆபத்தாமே? வா வா, வந்துடு! வந்து என்மேல் தாவிக்கோ; 'ஐயோ! அம்மாடி!! நீ வலியா, உலக்கை இடியா, மரத்தில் கோடாலியா, ஐயோ, அம்மா, நான் ரெண்டாவே பிளந்து போறேனே, அம்மா!'

ஆனால், இத்தனையும் வார்த்தைகள்; அதுவும் வாய்திறவா வார்த்தைகள்; அத்தனையும் வலிக்கு, அது ஒரு முறை உயிரையே தன் நாணில் இழுத்துப்பிடித்து வாங்கிவிடும் ஒரு கொக்கிக்கு இணையாமோ? தான் கட்டக் கட்டத் திமிறும் ஒரு வீறலுக்கு சமாதானமாகுமோ?

"ஜகதா, இந்தா! இதை வாங்கிக்கோ!"

யாரோ இருட்டில் உள்ளங்கையில் எதையோ வெக்கறா, சுடறது.

"பூசணிக்காய்க் கூட்டுடி! அவசரமாய் உனக்கு மாத்திரம் கொஞ்சம் பண்ணினேன். நல்ல காய், நிமிஷமா வெந்து போச்சு."

சிரிப்பு அவளைப் பீறிட்டுக்கொண்டு வந்தது. அது தளையவிழ்ந்து சரிந்து, இருட்டில் அதன் அடுக்குகள் சட்டி பானை போல் உடையும் சப்தம் அவளுக்கே அச்சமாய் இருந்தது.

"என்னடி, சிரிக்கறே, வாயில் போட்டுக்கோ. கேட்டாளே கேட்டாளேன்னு அப்புறம் மனசு அடிச்சுக்கும். ஏண்டி வீசியெறியறே?"

"ஆமாம், பூசணிக்காய்க் கூட்டுக்கு ஆசைப்பட்டேன்னு அதுவே ஒரு தண்டனையா? இனிமேல் எனக்கு வேண்டாம் பூசணி; என் மட்டும் இனித் தள்ளிடப் போறேன். அத்தைக்கு யாரேனும் சொல்லி அனுப்பிச்சேளா? அவர் கை என்மேல் பட்டால்..."

அப்பா, பஞ்சாங்கத்தைப் புரட்டிப் பார்த்துக்கொண்டே திண்ணைக்குப் போறார். இன்னிக்கு என்ன நக்ஷத்திரம்?

"ஆ ஆ ஆ ஆ ஆ . . . ! ! ! ! ! . . ."

திடீரென நேரிட்ட அரை மூர்ச்சையில் வலி, அதன் கழுகுச் சிறகுகளில் அவளைத் தூக்கிச் சென்று, பூமியின் விளிம்பில், கோளத்தின் வடிவ வளைவில், அவள் வலியின் தனிமையில்

லா.ச. ராமாமிர்தம்

அவளை நிறுத்தி வைத்தாற்போல் தோன்றிற்று. எந்த நிமிடம் அவளை அது வானவெளியில், சின்னதும் பெரிதுமாய், மங்கலும் ஒளியுமாய், நக்ஷத்திரங்கள், கிருஹங்களிடையில் பந்தாடி விடுமோ? திகிலில், தான் நின்ற இடத்தில் அப்படியே கீழே விழுந்து பூமியை இறுகத் தழுவிக்கொள்ள முயன்றாள். 'சதையிலிருந்து சிசு பிரியும் வலியே என்னால் தாங்க முடியல்லியே, தன்னைப் பிளந்து கொண்டு வெளிவரும் விதையின் முளையை மௌனமாய் சஹிச்சுக்கும் பூமியின் வேதனை எத்தனை என்று நினைக்கக் கூடப் பயமாயிருக்கே' என்று நினைக்கையிலேயே அவள் விழுந்த இடத்தில் பூமி அவள் கீழ்கேவி, அவளைத் தன்னுள் வாங்கிக்கொண்டு மேலே மூடிவிட்டது. மையாய் இழைத்து மகரந்தமாய் அவளைச் சூழ்ந்த இருளில், தொலைதூரத்தில், சிறிய சந்தனவில்லை போல் வட்டமாய் ஒரு தகடு உதயமாகி, கிறுகிறுவென வேகமாய்ச் சுழன்றுகொண்டே வந்து, வரவர ஒளிப்பெருந்திகிரியாய் மேல் வந்து மோதியதும், வலி அவளை வெற்றிகொண்டது. மதில்போல் அதன் அலைகள் அவள் மேல் இடிந்து விழுந்ததும் பூமியையே பட்டை உரித்தாற்போல் ஒரு அமானுஷ்யமான குரல் அவனிடமிருந்து கிளம்பி ஜன்மேதி ஜன்மமாய்ப் பாயும் ஜீவ நதியின் மூலத்தினின்று அதனோடேயே வந்து படிந்து, யுகாந்தமாய் அதன் படுகையில் தங்கிப்போன மூலத்தின் அடிவண்டல் மண்ணின் எழுச்சியாய், கிளம்பி, அதுவும் அவளையும் வெள்ளத்தோடு அடித்துக்கொண்டு போய்விட்டது.

அலைவடிந்து, அதன் அடியிலிருந்து உணர்வு மீண்டும் எழுகையில் வலி தன் நிரவலைத் தேடி உடலிலிருந்து வடிகையில், அம்மாடி! என்ன இதவடி!

பொல பொலவெனப் பொழுது புலரும் வேளை; புனித தீரத்தில் குளித்துப் படித்துறையேறினாற்போல், இந்த வலியின் ஸ்தானத்தில், ஜன்மத்தின் அழுக்கையே களைந்தாற்போல், மனமும் உடலும் அவ்வளவு துல்லியமாய், எலும்பும் தசையுமாய் அடைத்து கனத்த பிண்டமாய்த் தெரியாது, ஆண்டவன், தன் சிந்தனையில் தன்னை இழந்து, அந்தச் சிந்தனையின் போக்கில் அதன் உருவில் அவன் கீறிய கோடுபோல்,

இது உடலா?

என் மனமா?

ஆண்டவன் பாதம் நோக்கி

உதிர்ந்துகொண்டிருக்கும் மலரா?

மலரின் இதழா?

இதழ்மேல் பதிந்த கை விரல் ரேகையா?

ரேகையினின்று கமழும் மலரின் மணமா?

என என் லேசே என் பிரமிப்பாய், காற்றில் மிதப்பதாய், இப்படியே நாளுக்கும் மிதந்துகொண்டேயிருக்கமாட்டேனா? 'இந்த லேசு என்ன சுகமடி என்ன சுகமடி' என்ற இன்ப இதவில் உருகிக் காற்றோடு கலந்து கொண்டிருக்கையிலேயே காலடியில் இ–ட–று–வ–து – இது என்ன 'பளபள'?

இன்னும் இரவின் உறக்கம் கலையா

உதய சூரியனா?

வானத்திலிருந்து கடலின் கரையோரம்

உதிர்ந்து பதைபதைக்கும் நக்ஷத்திர

மூச்சா?

இல்லை, அம்பாளின் காதினின்று கழன்று

விழுந்து விட்ட குண்டலமா? அபசாரம்

அபசாரம்!

என் மனம் பதறுகையிலேயே,

"ட்வீக்"

விடிவின் வரவுகூவும் புள்போல் ஒரு புதுக்குரல் பூமி யினின்று முளைத்தது.

"பிள்ளை!"

கணீரென்று 'பராக்' கூவுவது அம்மாவா?

திடீரெனப் பஞ்சு மேகத்துள் புகுந்துவிட்டாற்போல் அற்புதமான ஒரு பரவசம், அவளைத் தன்னுள் இழுத்துக் கொண்டது.

நான் ஜகா –

நான் பூமியில் பெண்ணாய்ப் பிறந்த பலனை எடுத்தாச்சு. எந்தக் குற்றம் என்மேல் இருந்தாலும், இனி வந்தாலும் என்னை மலடுன்னு யாரும் சொல்ல முடியாது.

நான் பூமி –

நான் பூமியின் ப்ரளயம்;
நான் பாற்கடல்.
என் குழந்தை,
என் பாற்கடலில் உறங்கும்
ஆலிலைக் கிருஷ்ணன்.

26

காலம் கடந்தது.

எப்படிக் கடக்கிறது! ஒரு நாளைப் போலவே மறுநாள், ஒரு மாதத்தைப் போலவே மறு மாதம், ஒரு வருடத்தைப் போலவே மறு வருடம் - இருந்தும், வருடத்திற்கு வருடம், மாதத்திற்கு மாதம், நாளுக்கு நாள் ஏதோ வித்தியாசமிருக்கிறது. நம் கண்ணெதிரில், நமக்கு வேண்டியவர் வேண்டாதவர் எல்லாம் இருக்கிறார்கள். தினம் தினம் அவர்களைப் பார்த்துக்கொண்டு தானிருக்கிறோம். இருந்தாலும் ஒரு தடவையிருப்பதுபோல் மறு தடவை இருக்கிறார்களோ!

மாலை எப்படி வருகிறது என்று கவனிக்க அவள் எத்தனையோ தடவை முயன்றிருக்கிறாள். இன்னமும் தெரிந்த பாடில்லை. சூரியன் சாய்கிறான், நிழல்கள் நீள்கின்றன. வேளை இருள்வது தெரிகிறதேயொழிய, உச்சி வேளையில் முழு நீலமாய் மின்னிக்கொண்டிருந்த வானம், கறுப்பின் எல்லைக்குள் கடக்கும் விந்தை மாத்திரம், எவ் வளவோ உன்னிப்பாய்க் காத்திருந்து பார்த்தும், கவனத்தை ஏய்த்துவிடுகிறது. மாலை, இரவில் நழுவி விடுகிறது. அல்லது, இரவு பகலுள் நழுவி விடுகிறது. எப்படி என்று அறியுமுன்னர் இரவு நேர்ந்துவிடுகிறது. விளக்குகள் வைத்தாகிவிடுகின்றன.

அம்மாதிரியே, சிறுகச் சிறுகச் சேர்ந்த மூட்டைபோல், அவள் மாமனார் மீது இவ்வளவு நரையும் மூப்பும் எப்பொழுது எப்படிக் கனத்தது என்று அவளுக்கு ஆச்சரியமாயிருந்தது. வயதாக ஆக, மனுஷனுக்கு சிடுசிடுப்பு அதிகரித்தது. ஒன்று மில்லாததற்கெல்லாம் மூக்கைப் பொத்துக்கொண்டு கோபம்.

தாடியை எடுத்துவிட்டார், தாடியை எடுத்த பின் முகத்தில் மூக்குத்தான் ப்ரதானம், மூக்கும், கண்ணை மறைக்கும் அந்தப் புருவப் புதர்களும்!

மாடியில் ஈரத்துணி உலர்த்தவோ அல்லது வெயிலில் குளிர் காயவோ மாடிக்குப் போயிருப்பார். திடீரென்று ஒரே கூச்சல். மாடிக்கு அலறியடித்துக்கொண்டு ஓடினால் ஒரு மூலையைச் சுட்டிச் சுட்டிக் காண்பித்தவண்ணம் குதிப்பார்.

"பார், பார்! எள்ளுச் செடி முளைத்திருக்கிறது, இனிமேல் இந்த வீடு விடியுமா? அவ்வளவு அசிரத்தை. பிடுங்கியெறி முன்னால்."

ஏதோ ஒரு அமாவாசை அவர் எள்ளுடன் இறைத்த தண்ணீரை, யார் காலிலும் பட வேண்டாமென்று தாம்பாளத்தோடு மாடிக்கு வந்து அந்த மூலையில் கொட்டியதில் வந்த வினை?

"நான் கண் மூடினப்புறம் இந்த வீடு குட்டிச்சுவர்தான்!"

அந்த இரண்டு இலை, மண்கூட இல்லாமல் எப்படி முளைத்தது என்று அவளுக்கு ஆச்சரியந்தான். இம்மாதிரித் தானே எல்லாமே! கண்ணெதிரில் காணாமலே வளர்ந்ததெல்லாம், பிறகு கழுத்துக்கு வளர்ந்துவிடுகிறது.

கூடத்தில் குதிர் நிறைய குலுக்கிக் குலுக்கி நெல் வைத்துக் கொண்டு தின்றதெல்லாம் போக, ஒருநாள் குதிரையே அப்புறப்படுத்தியாகிவிட்டது. ரேழியுள்ளில் சின்னதாய் இருக்கே அது ஒண்ணுதான் இப்போ இருக்கு! கொட்டகை நிறைஞ்சு மாடு ஒன்று மாற்றி ஒன்று கட்டிக் கறந்து குடித்ததெல்லாம் போக, ஏதோ வியாதி வந்து ஒவ்வொன்றாய்க் குறைந்து, பிறகு ஒரு நாள், கொட்டகையின் ஓலைக் கூரையைப் பிய்த்து வெந் நீரடுப்பில் வைத்து எரித்தாகிவிட்டது. இதென்ன, காலம் நமக்குத் தகுந்த மாதிரி மாறுகிறதா? அல்லது நாம் காலத்துக்கேற்றவாறு மாறுகிறோமா?

அத்தைக்கு உடல் சரிந்துவிட்டது. எப்பவுமே உட்கார்ந்தால் பெருமூச்சு. எழுந்திருந்தால் பெருமூச்சு. திரும்பினால் பெருமூச்சு. நடந்தால் பெருமூச்சு. மாமா எதற்காவது அழைத்தால் எழுந்திருக்க முடியவில்லை.

எழுந்திருந்தாலும் சேர்ந்தாற்போல் நின்றுகொண்டிருக்க முடிவதில்லை. வெளி மரியாதைகளை அனுஷ்டிக்க முடிவ தில்லை. ஆனால், மாமா வரவர அதை வலியுறுத்துவதில்தான்

முஸ்தீப்பாயிருக்கிறார். வரவர மனுஷனுக்கு இரக்கமே இல்லை. மூப்பால் வெளி நடமாட்டம் குறைந்து போனபின் அவருக்குப் பொழுது போகவில்லை. அவர் பிடுங்கல் அதிகமாகிப்போச்சு. அத்தைக்கும் மாமாவுக்கும் தர்க்கங்கள் இப்போது அடிக்கடி. எந்தச் சமயத்தில் எப்படி ஆரம்பிக்கும் என்றே தெரியாது.

மாமா இரு கைகளையும் கீழே ஊன்றிக்கொண்டு வாசல் திண்ணையில் உட்கார்ந்திருக்கிறார். மாமியார் அவரெதிரில் ரேழித்தரையில் வாசற் கதவின் மேல் சாய்ந்துகொண்டு வாயைக் குதப்பிக்கொண்டிருக்கிறார். வாய் பையாகிவிட்டது.

"என்னா, இந்த முறுக்கைப் பாருங்களேன்! நன்னா பண்ணி யிருக்காள்; செவக்க எடுத்திருக்காள்?"

கிழவருக்கு முறுக்கு தின்ன ஆசைதான். பற்கள் இன்னும் உரமாய்த்தானிருந்தன. ஆனால், வயிறு உரமில்லை. இப்போ தெல்லாம் ஆகாரம் சரியாய் ஜீரணமாவதேயில்லை. தீனியை ரொம்பவும் கட்ட வேண்டியிருந்தது. ஆகையால் அத்தை முறுக்கு தின்பதைக் காண அசூயை அவரைப் பிடுங்கித் தின்றது.

"என்னத்துக்குத்தான் இப்படித் தின்னப் பிறந்தாயோ! பல்லில்லாமல் போனாலும் உரலில் இடிச்சாவது உள்ளே செலுத்தியாகணுமாக்கும்! இப்படித் தின்று தின்றுதான் வெல்லப் பொதி மாதிரி ஆகியிருக்காய்!"

"வயிற்றில் இவ்வளவு வினையை நீங்கள் வெச்சிண்டு இருக்கிறதால்தான், அங்கே ஆகாரம் தங்கக்கூட இடம் கொடுக்க மாட்டேன் என்கிறது."

"ஆமாம், ஆமாம் உன் பருமனைப் பார்த்தாலே தெரியறதே, உனக்கு வஞ்சனை கிடையாதென்று! உலகிலேயே உடல் பருத்த பொம்மனாட்டிகளுக்கு மிஞ்சின அவலக்ஷணமே கிடையாது."

"ஏதோ இத்தனை நாள் கழிச்சாவது தெரிஞ்சுதே என்னுடைய லக்ஷணம்! இந்தாத்துக்கு அடியெடுத்துப் படி மிதிச்சபோது இருந்தாப் போலவே எப்பவுமே இருக்க முடியல்லையே என்ன பண்ணறது?"

"அப்போ மாத்திரம் என்ன கிழிஞ்சது?" என்று கிழவர் மொண மொணப்பார்.

"சரிதான் நீங்களும்தான் என்ன பண்ணுவேள், உங்க தலையிலே என்னைக் கட்டிப்பிட்டா. விவரம் தெரிஞ்சு நமக்குக் கல்யாணம் நடக்கிற நாளாயிருந்தால் என்னை வேண்டாம்னு

அப்பவே சொல்லியிருப்பேள், இல்லையா? இப்போ தள்ளி வெச்சுடப்போறேளா, எனக்கும் ஒரு நாட்டுப் பெண் வந்தப்பறம்?"

"அதனால்தான் அந்த நாட்டுப் பெண்ணுக்கு பெரியவாகிட்ட நடந்துகொள்வது எப்படி என்று காண்பிப்பதற்காக, என்னோடு எதிர்த்துப் பேசிக் காட்டுகிறாயாக்கும்!"

வார்த்தை பொட்டென அடங்கிவிடும். மாமா வருவித்துக் கொண்ட சீறலைச் சந்தோஷத்துடன் அனுபவித்துக்கொண்டு, கால்மேல் கால் போட்டுக்கொண்டு வீறாப்புடன் காலை ஆட்டிக்கொண்டிருப்பார். மூக்கை உறிஞ்சிக்கொண்டே மாமியார் செப்புரலில் முறுக்கைப் பொடி பண்ணுவார், என்ன ஆச்சரியம், அத்தைகூட அழறாரே!

"அழு! அழு!! இப்பவே நான் செத்துப் போயிட்டேன்னு அழு! நான் போனப்புறம் நீ அழறதை நான் பார்க்க முடியுமா?" என்று கிழவர் பொருமுவார்.

கிழவிக்கு அதைக் கேட்டு சஹிக்காது. 'ஓ'வெனக் குழந்தை மாதிரி கூப்பாடு போட்டு அழுவாள்.

"ஒப்பாரி வேற வைக்க ஆரம்பிச்சாச்சா? சாஸ்திரிகள் பெண்ணே! இந்த மாதிரி, விளையாட்டுக்கும் வினைக்கும் வித்தியாசம் தெரியாத நிரக்ஷரகுக்ஷியைக் கட்டிக்கொண்டால் ஆபத்துதான். உனக்குத்தான் வயது ஆகிவிட்டது. எனக்கு மாத்திரம் ஆகவில்லையோ? உன்னை அப்படி என்ன சொல்லி விட்டேன்?"

மாமியாருக்குச் சட்டெனக் கோபம் எங்கோ பறந்தோடி "விடும். அவர் அந்த மாதிரிப் பேசுகையில் உள்ளம் நெகிழும்.

"நீங்கள் சொன்னாலும் சரி, சொல்லாட்டாலும் சரி, நான் அசடுதான். உங்கள் சுபாவம் தெரிஞ்சு உங்களோடு நான் ஏன் பேச்சை வளர்த்திருக்கணும்?" என்று தன் பதற்றத்தை நொந்துகொள்வார்.

"அதென்னவோ வாஸ்தவந்தான்" என்பார் கிழவர்.

எது வாஸ்தவம்? அதுதான் வெளிச்சமாகாது.

"உங்கள் சுபாவமே இப்படிப் போச்சு!"

"அதைத் தெரிஞ்சுண்டுதான் இப்படி இங்கிதம் தெரிந்து நடந்துக்கறயாக்கும்!"

"எல்லாம் இந்த முறுக்கினாலே வந்த வினைதானே! இந்தாடி குட்டி! இனிமே இந்தாத்துலே முறுக்கு சுத்தப்படாது. தெரியுமா?"

“தெரிஞ்சுது அத்தை!” என்பாள் மருமகள், எழுந்து வரும் சிரிப்பை அடக்கிக்கொண்டு.

வீட்டில் மூணு குழந்தைகளை வெச்சுண்டு முறுக்குச் சுத்தக்கூடாதாம்! இதைவிட வேடிக்கை என்ன?

இம்மாதிரி மோதல்களிடையிலும் இம்மாதிரியான வார்த்தைகளின் விசிறல்களிடையிலும் வளர்ந்த நாட்கள் அவைகளின் ரீதியில் அனுபவிக்க நன்றாய்த்தானிருந்தன. எப்படியும் அவை கல்மிஷம் அற்றவை. பட்டென்று வந்த கோபங்கள் பொட்டெனப் பறந்து வந்துவிடும் நாளின் முடிவில் எஞ்சிக் கமழ்வது அந்நாளின் மணந்தான். சந்தனம் கரைத்து அலம்பிய கைபோல்.

அப்போது தெரியவில்லை. ஆனால் இப்போது தெரிகிறது.

27

மாமனார் தினம் மறுபடியும் பூஜை செய்கிறார். அம்மன் பெட்டி என்று ஒரு பெட்டி. கூடத்தில் பூஜை அலமாரியுள் தனிப் பீடத்தில் வைத்திருக்கும். அதனுள் ஒரு மூன்றங்குல உயரத்திற்கு, பரம்பரையாய் வழங்கி வந்து, அவள் புகுந்த வீட்டார் குலதெய்வமாய்க் கொண்டாடும் அம்மனின் விக்கிரஹமும் வைத்திருக்கிறது.

கூடவே அலமாரியில் ஒரு வீணை மூலையில் சார்த்தியிருக்கிறது.

காலையில் அபிஷேகம், அர்ச்சனை, ஆராதனை எல்லாம் ஒரு மணி நேரமாவது நடத்துவார். அதற்கு உண்மையான காரணம் பக்திதானா? அல்லது பொழுதைப் போக்குவது எப்படி எனத் தேடும் வழிகளில் ஒன்றா? என்று அவளுக்கு இடை இடையே சந்தேகமேற்படுவதுண்டு.

தனக்குத் தெரிந்த ஒன்றிரண்டு சமஸ்கிருத வார்த்தைகளை (நாளுகீரம், மாஷாபூபம், ஸமர்ப்பயாமி) ரொம்ப தொனியாய் உச்சரிப்பார். பண்டிகை நாட்களில் பதார்த்த வகைகளை எதிரில் வைத்துக்கொண்டு கண்ணை அவைமேல் ஒவ்வொன்றாய் ஓட்டி:

"சேமியா பாயாஸம்–மாஷாபூபம்–உருளைக்கிழங்கு வறுவல் – உம் – பயத்தம் பருப்பு கோசுமல்லி – கடலைப் பருப்புக் கோசு மல்லி – உம் – உம் – கதலிக்காய்க்கறி (வாழைக்காய்க் கறிக்கு ஸம்ஸ்கிருத ப்ரயோகம்?!) பச்சடி (இதென்ன பச்சடி) தேங்காய்ப் பச்சடியா? வெள்ளரிக்காய்ப் பச்சடி பண்ணப்படாதா? எனக்கு ரொம்பப் பிடிக்குமே – கோதுமை ஹல்வா –" என்று தட்டுத்தடுமாறிக்கொண்டு வடமொழியும் தமிழுமாய்க் கலந்தடித்துக்கொண்டு நைவேத்தியம் பண்ணு வது வேடிக்கையாயிருக்கும். மாமியார் கையைக் கூப்பிய வண்ணமே, முழங்கையால் மருமகளின் முழங்கையில் இடித்து இடித்துக் காட்டிச் சிரிப்பு மூட்டிக்கொண்டிருப்பார்.

"யாரங்கே சிரிக்கிறது? இது அடுப்பங்கரையில்லை. சன்னி தானம்" என்று ரொம்பவும் முறைப்பாய் மாமா ஞாபகமூட்டுவார்.

இப்பொழுதும் அந்த அம்மன் அதோ இருக்கிறாள். ஆனால், அந்த ஆசாரத்தையும் அபிஷேகத்தையும் ஆராதனையையும் அவள் கண்டு எத்தனையோ நாட்களாகிவிட்டன.

ஒவ்வொரு நாளும் அம்மன் பெட்டியில் விழுந்து வதங்கிக் கிடக்கும் முந்தைய நாள் மாலியங்களையெடுத்துத் திரட்டிச் சுத்தம் செய்கையில் அதனுள் கிடக்கும் ஒரு மரக் கட்டையையும் சுத்தம் செய்வாள். சுமார் ஆறங்குல நீளத்திற்குப் பெரிய மணிக்கட்டு அளவு பருமனுக்குக் கட்டை கன்னங்கரேலென்று கறுத்துக் கிடக்கும்.

அக்கட்டை அம்மன் பெட்டியுள் கிடக்கும் அர்த்தம் அவளுக்கு வெகுநாள் புரிபடவில்லை. அர்ச்சனையின் போது அக்கட்டை மேலும், வீணை மேலும், ஒன்றிரண்டு பூக்கள் விழும்.

ஆயினும் அவள் மாமனாரின் தகப்பானாருடைய வருட தினத்தன்றுதான் இரண்டு சாமான்களுக்கும் விசேஷ மரியாதைகள் நடக்கும். அந்தக் கட்டைக்கு ஒரு குட்டி அபிஷேகம்.

வீணைக்குச் சந்தனப்பொட்டு, குங்குமப்பொட்டு, மாலை, தனி நைவேத்யம் கூட எல்லாம் உண்டு.

அக்கட்டையின் அர்த்தத்தை அறிய ஆவல் அவளுக்கு வர வர அதிகரித்துவிட்டது. அது நாளுக்கு நாள் அவள் விதிவசமோ என்னவோ, கட்டுக்கடங்கவில்லை. இருந்தும் இந்நாள் மாதிரியா அந்நாள்? ஒரு சந்தேகத்தை அவ்வளவு சுலபமாய்த் தீர்த்துக்கொள்ள

முடியுமா என்ன? யாரைப் போய்க் கேட்பது? மாமியாரைக் கேட்டாள்:

"எனக்குத் தெரியாதம்மா! ஆமா இதெல்லாம் யார் கேட்கறா? நான் இந்தாத்துக்கு வந்ததிலேருந்து, அதுக்கும் முன்னாலிருந்து இது இருக்கு. அம்மன் பெட்டிக்குள்ளே. இதெல்லாம் கேட்டுத் தெரிஞ்சுக்க எங்கே நேரம், ஆவல் எல்லாம்? வர வர கேள்வியும் பதிலும் அவர் குணத்தையல்லவா பொறுத்திருக்கு! இல்லை; நாம் கேட்டால்தான் நேரும் கூறுமாய் பதில் சொல்லிடுவாரா?

அவள் கணவரைக் கேட்டாள்.

"பெட்டியில் ஒரு கட்டையிருக்கா என்ன?" அவர் பதிலிலிருந்தே அவள் சந்தேகம் அவரிடம் தீராதென்று தெரிந்துவிட்டது.

மாமனாரைக் கேட்கலாமா?

கடைசியில் ஒரு நாள், அவளுக்கு இரண்டு குழந்தைகள் பிறந்த பின்னர், முக்கியமாய் அதற்குமுன் இரண்டு வருடங்களாய் உள்ளே குமுறிக்கொண்டிருந்த கேள்வியைக் கேட்டுவிட்டாள்.

அன்று அவள் மாமனாரின் தகப்பனாரின் திவச தினம்.

இன்று மாதிரியிருக்கிறது. எதிரே, அவள் கணவர் கையைக் கட்டிக்கொண்டு, தகப்பனாரின் பூஜையை ஆழ்ந்து கவனித்துக் கொண்டிருக்கிறார். மாமியார் கூடத்துக்கடுத்த தாழ்வாரத்தில் தூண் மறைவில் அரைத் தூக்கமாய்த் தூங்கி வழிகிறார். காலை அலுவல்களில் அலுப்பு அவருக்கு.

"அம்மன் பெட்டிக்குள் ஒரு கட்டையிருக்கே, அது ஏன் அம்மன் பெட்டிக்குள் இருக்கு?"

உப்பில்லை சப்பில்லை அவள் கேள்வி. இருந்தும் கூட்டிலிருந்து விடுபட்ட பறவை போல் அது அவள் வாயிலிருந்து குதித்த மாதிரியிருந்ததேயொழிய, சாதாரணமாய்ப் பேச்சுவாக்கில் வெளிவந்த மாதிரியில்லை. அது ஏதோ அதன் வேளை வந்துவிட்ட கேள்வி, அவள் பரபரப்பு. அவளுக்கே வெட்கமாயிருந்தது.

மாமனார் புன்னகை புரிந்தவண்ணம் அந்தக் கட்டையை அம்மன் பெட்டியிலிருந்து வெகு பக்தியுடன் எடுத்துக் கையில் வைத்துக்கொண்டு சிந்தித்தார். பிறகு கூறினார்.

ஆம். இந்தக் கட்டையின் அர்த்தமென்ன? இதுதான் என் தகப்பனாரின் அபார வரப் பிரசாதத்திற்கு அத்தாட்சி. என் அப்பாவைப் பற்றி நான் அதிகமாய் இங்கே பேசியதில்லை.

அவரை நான்கூடப் பார்த்ததில்லை. நாங்கள் – அதாவது எனக்கு முன்னாலிருந்து – பரம்பரை வீணை வித்துவான்கள். என் பாட்டனார் – அவரும் ஏதோ, வீணையை வாசித்துக்கொண்டு, தனக்குத் தெரிந்தவரை, ஒன்றிரண்டு பெரிய மனுஷாள் வீட்டுப் பெண்களுக்குச் சொல்லிக்கொடுத்துக்கொண்டிருந்தார் என்றுதான் யூகிக்க வேண்டியிருக்கிறது. என் தகப்பனாரைப் பற்றிய விவரங்களே எனக்கு மூடுசூளையாயிருக்கிறதென்றால் என் தாத்தாவைப் பற்றி எனக்கு என்ன நிச்சயமாய்த் தெரியும்? ஆனால், ஒன்றிரண்டு விவரங்கள் நிச்சயம் – மூன்று தலைமுறையாகவே வீட்டுக்கு ஒரே பிள்ளைதான். என் தாத்தாவுக்கு என் தகப்பனார் – என் தகப்பனாருக்கு நான் – எனக்கும் ஒரே பிள்ளை!

இன்னொரு விஷயம் – சாமான்கள் கொள்ளை மலிவாய் விற்ற அந்த நாளிலேயே குடும்பத்தில் தரித்திரம் பிடுங்கித் தின்றது. மாதம் ஒரு இரவாவது சிவராத்திரியும் ஏகாதசியும் வந்துகொண்டிருக்குமாம் – இதை வெளியில் எங்கும் சொல்ல வேண்டாம். என் தாத்தா, காலம் நெருக்கடியாயிருந்த ஒரு சமயத்தில், ஒரு சொம்பைப் பளபளக்கத் தேய்த்து, கயிறுபோட்டு, சுருக்குப்போட்டு, இடுப்பில் கட்டித் தொங்கவிட்டுக்கொண்டு வீணையைத் தோளில் மாட்டிக்கொண்டு அக்ரஹாரம் வழியாக பஜனை பண்ணிக்கொண்டு போனதாகக் கேள்வி.

அது கிடக்கட்டும்.

ஒரு நாளிரவு – இதே கூடத்தில் – ஆனால், கட்டடம் அப்பொழுது இப்படியில்லை, மண் சுவர் வைத்த ஓலைவீடாய் இருந்தது. இதே அம்மன் பெட்டிக்கெதிரில் ஒரு சிவராத்திரியன்று... மாசி சிவராத்திரியில்லை, நான் சொல்வது புரிகிறதோன்னோ? – பட்டினி ராத்திரி.

பசிக்களைப்பில் எல்லாம் மூலைக்கு மூலை சுருண்டு படுத்து உறங்குகையில் என் தகப்பனார் – அப்போது அவருக்கு இருபது இருபத்திரண்டு வயதிருக்கும் – தன் வீணை – அவர் வீணைதான் இது – இதன் மீது சோர்ந்து குப்புற விழுந்து கிடந்தாராம்.

அப்பொழுது ஒரு கனவு கண்டாராம்.

அம்மன் பெட்டியிலிருந்து ஒரு சாயை வெளிப்பட்டு இந்த வீணைக்குள் புகுந்து மறைந்த மாதிரியிருந்ததாம். ஒரு ஸ்திரீ மாதிரியிருந்ததாம். ஜகஜ்ஜோதி ஸ்வரூபமாம்...

அப்பா 'திக்'கென்று விழித்துக்கொண்டார். சுற்றும் முற்றும் பார்த்தால் ஒன்றுமில்லை, வெறும் கனா. வீணையை மெதுவாய்

இன்னமும் தான் கண்ட கனவின் மயக்கம் தெளியாது தொட்டதும் – என்ன ஆச்சரியம்! அந்த மாதிரியான நாதம் இதுவரையிலுமே கேட்டதில்லை. எலும்பைப் பாகாய் உருக்கும் இனிப்புடன் அதனின்று ஒரு அமானுஷ்யமான சங்கீதம் கிளம்பிற்றாம்.

அவ்வளவுதான்; குடும்பத்திற்கே அதிர்ஷ்ட சக்கரம் திரும்பி விட்டது. மடமடவென்று என் தகப்பனாரின் பெயர் ஓங்க ஆரம்பித்துவிட்டது. அ-டா-டா! என்ன வாசிப்பு! என்ன அபாரம்!!

இந்தச் சமயத்தில் அந்த நாளிலிருந்து என்ன – எந்த நாளைக்கும் உண்மையான ஒரு விஷயத்தைச் சொல்கிறேன். யோக்யதைக்குத் தனியாய் மதிப்பு என்றுமே கிடையாது. கூடவே வேளையும் சேரணும். அதுமாதிரி வேளையும் சேர்ந்துகொண்டது என்றுதான் வைத்துக்கொள்வோமே! எப்படியிருந்தால் என்ன, வீணை வாசிப்பில் என் தகப்பனார் அக்காலத்தின் அவதார புருஷனாய் விளங்கினார். அவர் எங்கேயாவது வாசிக்கிறார் என்று தெரிந்தால் ஊரே புரண்டுவருமாம்.

வாத்தியம் சொன்னபடி கேட்குமாம். அதில் அவருக்கு எட்டாத காலங்களோ, பிடிபடாத ஸ்வர ஸ்தானமோ கிடையாதாம். அவர் கச்சேரியில் உழைத்து வாசிக்கிற மாதிரியே இருக்காதாம். சின்னக்குழந்தை ஓடும் ஜலத்தில் துளைவதுபோல, வரம்பற்ற சங்கதிகளை வெறிபிடித்து வாரியிறைத்துக் கொண்டிருப்பாராம். என்ன அழுத்தம்! என்ன வேகம்!! என்ன இனிமை!!! விரல்கள் துரிதமாய் தந்திகள் மேல் ஓடுகையில் அசலாய், தந்திகளிலிருந்து மின்னல்கள் பிறந்து ஜ்வலித்து மறையுமாம். அம்மாதிரியான வாசிப்பை மனுஷ அம்சத்தில் சேர்ப்பதற்கேயில்லை. ஏதோ திடீரென்று தேவி அவர் மேல் கண்ணைத் திறந்துவிட்டாள். அப்புறம் கேட்பானேன்! பாருங்கள், எனக்கு ரோமம் சிலிர்க்கிறது.

அத்துடன் இல்லை. என் தகப்பனார் கடாக்ஷத்தைப் பரிபூரணமாய்ப் பெற்றுவிட்டார். கடைசி மூன்று வருஷங்களில், ஒவ்வொரு வருஷமும், நவராத்திரியை இடையில் கொண்ட நாற்பது நாட்களில் அவர் உள்ளங்கை ரேகையில், சக்கரம் தோன்றிற்றாம். அந்த மண்டலத்துள், அவர் நல்லதோ கெட்டதோ எது சொன்னாலும் வாக்குப் பலிக்குமாம். அப்பொழுது உடலிலும் முகத்திலும் அலாதி தேஜஸ்.

நவராத்திரியின் போது வீட்டில் ஒரு சின்ன ஆராதனை நடக்கும். ஒவ்வொரு ராத்திரியும் அக்காலத்து அரிய பெரிய வித்வான்களெல்லாம் இந்தக் கூடத்தில் காத்திருந்து கச்சேரி

செய்துவிட்டுப் போவார்கள். கடைசியாக என் தகப்பனார் கச்சேரி செய்வார். அவர் கணபதி ஸ்துதி ஆரம்பித்தவுடனே எங்கிருந்தோ இரண்டு மைனாக்கள் ஜோடியாய் கூடத்துள் வந்து இறங்கி அவர் எதிரில் உட்கார்ந்து, கச்சேரி முடியும்வரை கேட்டிருந்துவிட்டு, உடனே பறந்துவிடுமாம். அவை உட்காரு வதற்குப் போட்ட கட்டையிது.

இந்த ஆச்சரியத்தைக் காணவே வீட்டில் வெகுபேர் குழுமுவார்கள். அவை ஏதோ தெய்வ கணங்கள் என்று ஒரு ஐதீகம் பிறந்துவிட்டது. என் தகப்பனாரின் வாசிப்பு அவ்வளவு தரம். ஆனால், இதெல்லாம் எனக்குத் தெரியாது. நான் என் தகப்பனாரைக் கண்ணால்கூடக் கண்டதில்லை. அவர் கால மாகையில் என் தாய் வயிற்றில் நான் ஏழு மாதம். இதெல்லாம் என் தாத்தா சொல்லித்தான் கேள்வி. எனக்கு நினைவு தெரியும் வயது வருகையில், தாத்தாவுக்குக் கண்கள் மங்கிவிட்டன. நல்ல தொண்டுக் கிழம். தவிர பிள்ளை தன்னை முந்திக்கொண்ட துக்கம், பேரிடி மாதிரி அவர் புத்தியைக்கூடச் சபலிக்க அடித்து விட்டது. எதையாவது பேச ஆரம்பித்து, பிறகு ஒன்றுக்கொன்று சம்பந்தமில்லாது ஏதாவது தனக்குத் தானே பேசிக்கொண்டு போவார். எது உண்மை, எது நடந்தது, எது நடக்கவில்லை – எதை நம்புவது, எதை நம்புவதற்கில்லை என்று தேறுவதே சிரமம்தான்.

உண்மையே காந்தம் போல்தான். தான் ஒன்றானால், கூடவே ஆயிரம் பொய்களையும் தன்னோடு ஈர்த்துக் கொள்கிறது – தன்னை மறைக்குமளவுக்குக்கூட.

மரணயோகம் என்று சொல்வார்களே, இதுதான் போலும்! அவர் சாவதற்குள் பரிசுகளும் ஒரு வருஷத்திற்குள் அவரிடம் சேர்ந்த சொத்துக்களும் எக்கச்சக்கம்.

சம்பாதித்து வைத்துவிட்டுப் போனார், நாம் அழித்துக் கொண்டிருக்கிறோம். அவ்வளவுதான்.

சரி, எதையோ சொல்ல ஆரம்பித்து, எதையோ சொல்லிக் கொண்டு போகிறேன்! எப்போ இவ்வளவு தூரம் சொன்னேனோ, அவர் அற்பாயுசில் மரணமடைந்ததையும் சொல்லி முடித்துவிடுகிறேன்.

எங்கேயோ ஒரு ஜமீன்தார் வீட்டுக் கல்யாணத்தில் இவர் கச்சேரி ஏற்பாடாகியிருந்தது. வழக்கம் போல், கூடவே ஒரு சிஷ்யப் பிள்ளையை அழைத்துக்கொண்டு இவர் போனாராம்.

ஜமீன் இங்கிருந்து சுமார் நாற்பது மைல் தூரம். வண்டிப் போக்குவரத்து சௌகரியமில்லாத அந்தக் காலத்தில் அது சற்று சிரமமான பிரயாணந்தான்.

இராச் சாப்பாட்டிற்குப் பிறகு இவர் கச்சேரி. அதற்கு முன்னால் அவ்வட்டாரத்துக்குப் பேர்போன ஒரு தாசி நாலுமணி நேரம் கச்சேரி பண்ணினாளாம். ஒரு பொம்மனாட்டிக்கு அவ்வளவு வித்வத் இருந்தது ரொம்பவும் ஆச்சரியந்தான் என்று திரும்பி வந்த அந்த சிஷ்யப்பிள்ளை சொன்னான். பிரமாண்டமான பந்தலில், நடுவில் போட்டிருந்த மேடைமீது என் தகப்பனார் வீணையுடன் அமர்ந்தார்.

கச்சேரி ஆரம்பமாயிற்று.

அந்த இடத்துப் பிரமுகர்களும் மற்றைய வித்துவான்களும் ஜனங்களும் உட்கார்ந்து, பந்தலும் அதைத் தாண்டிய வெளியும் அடைச்சுப் போச்சாம்.

வீணைமேல் முதன் முதலாகக் கைவிரல்கள் விழுந்ததி லிருந்தே கச்சேரி களை கட்டிவிட்டது என்று அந்த சிஷ்யன் சொல்லுகிறான். அவனும் அதுவரை எத்தனை கச்சேரிகள் கேட்டிருக்கிறான்! அவனுக்கே அதன் சிறப்பு பிரமை பிடித்தாற் போல் ஆகிவிட்டதாம்.

என் தகப்பனார் தன்னையும் மீறி வாசித்தாராம். அந்த நடு இரவில், தீப்பந்தத்தில் குங்கிலியத்தை வீசினாற் போல் குபீல் குபீலென்று, விதவிதமான நாத விசித்திரங்கள் வீணையிலிருந்து பிறந்தன. சங்கதிகளும் இழைப்புகளும் ஆகாயத்துக்கும் பூமிக்குமாய்க் கட்டிய மாபெரும் சிலந்திக் கூட்டில் இழைந்த வெள்ளிச்சரடுகள் போல் ஜ்வலித்து மிளிர்ந்தன. எள்ளுப்போட்டால் எள்ளு விழாத அந்தக் கூட்டத்தில் ஊசி போட்டால் ஓசை கேட்கும் நிசப்தம். நாத பாசத்தில் கட்டுண்ட அச்சபையோர், அந்த லயிப்பில், கையைத் தட்டக் கூட மறந்துவிட்டார்களாம்.

குனிந்த தலை நிமிராது ரத்தத்தை உறிஞ்சும் அட்டைபோல் என் தகப்பனார் தம் வாசிப்பில் அப்படியே லயித்திருந்தாராம். ஒரே மூச்சாய் இரவு எட்டு மணியிலிருந்து இரண்டு மணிவரையில் வாசித்துவிட்டு, சட்டென்று வீணையைக் கீழே இறக்கியதும் அந்த சபையில இடி குமுறுவது போன்று ஒரு குமுறல் கிளம்பியதாம் பார்! உள்ளத்தின் முழுத் திருப்தியுடன், தொப்புளிலிருந்து வந்த சப்தத்திற்கு சமுத்திரத்தைப் பழிக்கும் கரகோஷம்கூட ஈடாகாதாம்.

உலகத்தில் நம் அத்தனை பேரையும் தாங்கும் பூமாதேவியின் அசதி மூச்சு நம் காதிற்குக் கேட்டால் எப்படியிருக்கும். அம்மாதிரி ஒரு தினுசான சங்கடம் மனதில் கண்டதாம்.

அதற்கப்புறம் கேட்பானேன்! கழுத்தில் விழுந்த மாலை களுக்கும் வழங்கிய பரிசுகளுக்கும் கணக்கு வழக்கே இல்லையாம். மூர்த்தி மாதிரி வெகுநாழி எல்லோருடைய உபசாரங்களையும் பெற்றுக்கொண்டு உட்கார்ந்திருந்தாராம். யாரோ ஒரு கிழவி கண்களிலிருந்து கண்ணீர் பெருக்கிக்கொண்டே அவர் பாதங்களைக் கண்களில் ஒற்றிக்கொண்டு 'என் மகனே, என் மகனே!' என்று தேம்பினாளாம். என்னைத் தம் மடிமேல் ஏற்றிக்கொண்டு இதையெல்லாம் ரொம்பவும் முக்கியமாய் என் தாத்தா எனக்குச் சொல்லுவார்.

எல்லாம் முடிந்து எழுந்திருக்கும் தறுவாயில், அந்த தாசி வந்தாளாம்.

"சுவாமி, இந்த மாதிரியான அற்புதத்தை நான் கண்ட தில்லை; கேட்டதில்லை. தயவு செய்து நீங்கள் வாசித்த அந்தப் புன்னாகவராளி கீர்த்தனத்தையும் காபி ராக ஜாவளியையும் எனக்கு சொல்லிக் கொடுத்தீர்களானால், தேவரீர் கிருபையால் உங்கள் வாசிப்பில் ஆயிரத்தில் ஒரு பங்கு லக்ஷணத்தையேனும் கிரஹித்துக்கொள்ள எனக்குக் கிட்டினால், உங்கள் பேரைச் சொல்லிக்கொண்டு பிழைப்பேன். (அந்த ஜாதி பேசவும் கேட்க வேண்டுமா? அதற்கென்றே பிறந்தவளாச்சே!) என் வீட்டு வாசற்படி மிதிக்க கிருபை பண்ணுங்கள். நாளைக் காலை ஊருக்குப் புறப்பட்டுவிடலாம்."

வேளைதான் அவரை இழுக்கிறதே! அப்பா கிளம்பிப் போய்விட்டாராம். அந்த லங்கிணி ரம்பை மாதிரி இருந்தாளாம். சிஷ்யன் நடுவில் ஏதோ சொல்லப் பார்த்திருக்கிறான். ஆனால், அவன் பேச்சுக்கு அவர் இடங் கொடுக்கவில்லை. இது மாதிரி இதுவரை நேர்ந்ததுமில்லை. சிஷ்யன் கொஞ்சம் திகைப்பூண்டு மிதித்த மாதிரியாகி விட்டான். அவரை மாத்திரம் அவன் தடுத்திருக்க முடிந்திருந்தால்... ஹூம்...!

அடுத்த நாள் வெகு நாழியாகியும் ஜாகைக்கு ஐயா திரும்பவில்லை. சிஷ்யப்பிள்ளைக்கு வயிற்றில் குதிரைக் குட்டி உதைக்க ஆரம்பித்துவிட்டது. அந்த அம்மாளின் இடத்தைத் தேடிச் சென்றான். அங்கு போனால் ஏக ரகளை.

அங்கும் இங்குமாய் எல்லாரும் பரபரப்பாய் ஓடி அலைகிறார்களாம்.

இவனைப் பார்த்ததும் அவள் முகம் சவம் போல் வெளுத்துவிட்டது.

"உங்களைக் கூட்டிவர இப்போதான் ஆளை அனுப்பினேன். அய்யருக்கு உடம்பு சரியாயில்லை. திடீர்னு வாந்தி வாந்தியா எடுக்கிறார். வைத்தியர்கூட இதோ வருவார்."

சிஷ்யன் உள்ளே போனால், என்னப்பன் மலைபோல் கட்டிலில் படுத்திருக்கிறார். வீணைமேல் வெலவெலத்த ஒரு கையைப் போட்டுக்கொண்டு; கண்களிலும் கன்னத்திலும் நெற்றிப் பொட்டிலும் விழுந்திருந்த குழியைப் பார்த்ததும் அவனுக்கு அடிவயிற்றை அப்படியே சுருட்டிற்றாம்.

"என்ன அண்ணா, இது!!?"

"எனக்கு ஒண்ணுமே தெரியாதுடா! ராத்திரி ஒரு டம்ளர் பால் கொடுத்தாள். அதைக் குடித்தது முதல் குளம் குளமாய் வாந்தியெடுக்கிறேன் – என் வயிற்றில் ஒண்ணுமே இல்லைபோல் இருக்குடா 'லொட்டு'னு நாம் எப்படியாவது ஊர் போய்ச் சேர்ந்துடணும். ஒரு க்ஷணம்கூட இங்கே இனித் தங்க முடியாது, எப்படியாவது என்னை வீட்டில் கொண்டு போய் விட்டுவிடு. எனக்கு பேச முடியல்லே...."

அப்படியே வண்டியை அமர்த்திக்கொண்டு, அவரையும் வீணையையும் போட்டுக்கொண்டு சிஷ்யப்பிள்ளை புறப்பட்டான்.

இருந்து, வைத்தியம் பார்த்துக்கொண்டு புறப்படலாம் என்றால், அந்தச் சமயத்தில் அவனுக்கு ஒன்றும் தோன்றவில்லை. இவர் படுத்தும் அவசரமும் அவனைப் பதற அடித்துவிட்டது. அந்தத் தேவடியாள் இருந்தாளே அவளும் பயந்துவிட்டாள் என்றுதான் நினைக்கிறேன். இப்பொழுது யோசனை செய்துபார்த்தால், அவள் இம்மாதிரி நேரும் என்று நினைந்திருக்கமாட்டாள் என்று தோன்றுகிறது. ஆளைத் தன் வசமாக்கிக்கொள்ளலாம் என்று நினைத்திருப்பாளேயொழிய, மருந்து விஷமாய் முடியும் என்று எதிர்பார்த்திருப்பாளா, எனக்குத் தோன்றவில்லை.

அந்தப் பிரயாணத்தைப் பற்றி என்ன சொல்வது! மாட்டு வண்டி 'லொடக் புடக்' என்று மேட்டிலும் பள்ளத்திலும் ஏறி விழுந்து போகும் அதிர்ச்சியிலேயே நடு வழியில் பிராணன் போயிருக்கும். சிஷ்யன் அப்புறம் சொன்னான், உடலை விட்டு

உயிர் பிரியுமுன்னரே, முழங்காலும் முழங்கையும் சில்லிட்டுப் போய்விட்டதாம். நாடியும் விழுந்துவிட்டதாம்.

என் தாயாருக்கு இதற்குள் வீட்டில் இருப்புக் கொள்ள வில்லையாம். வயிற்றைப் பிட்டாய்ப் பிசையறாளாம். வாசலுக்கும் சமையலறைக்குமாக வேதனைப்பட்டு அலைகிறாள். வண்டிவரும் வேளைக்கு சமையலுள்ளில் இருக்கிறாள்.

வழக்கம், அவர் வந்ததும் அம்மன் பெட்டிக்கு சேவித்துக் கொண்டு, தன் தகப்பனாரையும் நமஸ்காரம் பண்ணிவிட்டு, கைகால் அலம்புவதுகூட அப்புறம்தான்.

சிஷ்யன் முன்னால் வீணையைக் கொண்டுவந்து உள்ளே கூடத்தில் வைக்கிறானாம்.

"எங்கேடா அவர்?"

அவனுக்கு முகத்தில் விழுந்திருக்கும் இடியில் வாயை அடைத்துவிட்டது. வெளியில் போகிறான்.

அம்மா அதற்குள் அவசர அவசரமாய்க் கைப்பற்றை அலம்பிக்கொண்டு கூடத்திற்கு வருகிறாள்.

சிஷ்யன் சம்னாத் தட்டைக் கொண்டுவந்து வைக்கிறான்.

"என்னடா வாயில் கொழுக்கட்டையா? என்ன?? எங்கே அவர்???"

அதற்குள் வெளியே கலவரம்.

"அய்யோடி!" என்று அம்மா அலறிக்கொண்டு வாசலுக்கு ஓடினாள். எதிரே இருவர் பிணத்தைத் தூக்கிக்கொண்டு அழுதவண்ணம் உள்ளே நுழைகிறார்கள்.

"என்னது?" என்று கிழவர் – என் செவிட்டுத் தாத்தா கேட்டுக் கொண்டே மாடிப்படியிலிருந்து தள்ளாடிக்கொண்டு இறங்குகிறார். என்னப்பன் வீடு திரும்பி வரும் வரிசை போதுமோன்னோ!

என் தாய் 'மடேர்' என்று அப்படியே குப்புற விழுந்தவள் தான்; மூர்ச்சை போட்டுவிட்டாள். நெற்றிப் பொட்டிலிருந்து ரத்தம் கொட்டுகிறது...

அவள் வெகுநாள் நீடித்து இருக்கவில்லை. அவளால் தாங்கக்கூடிய துக்கமா இது? இரத்தம் உள்ளே முறிந்துவிட்டது. இரண்டு மாதங்களுக்கெல்லாம் அவள் காரியம் முடிந்துவிட்டது.

– மாமா பேசி அடங்கினார். கொஞ்சநாழி தலை குனிந்தபடி யோசனையில் ஆழ்ந்திருந்தார்.

சமையலறையில் வெந்நீர் உலை காய்ந்து மேலே மூடிய தட்டு நீராவியில் படபடவென்று அடித்துக்கொள்கிறது.

"யார் இந்தப் பேச்சை எடுத்தது, மன நிம்மதியையும் ஆகாரத்தையும் கெடுத்துக்கொண்டு?" என்று திடீரென கிழவர் சீறி விழுந்தார். "எனக்கு ஒன்றும் வேண்டாம்" என்று மடமடவென்று திண்ணைக்குப் போய், வாசற்கதவை அறைந்து மூடிக்கொண்டார்.

அந்தச் சமயத்தில் அவளுக்குக் கொஞ்சம் பயமாய்த் தானிருந்தது. அவள் கணவன் பக்கம் திரும்பினாள். அவளுக்குத் தூக்கிவாரிப்போட்டது.

எழுதி வைத்தாற்போல் அந்தக் கண்கள் இமையாது, பார்வை அப்படியே நிலை குத்திப்போயிருந்தது. அவர் உள்ளத்தில் திடீரெனப் பற்றிக்கொண்ட ஒரு நெருப்பின் ஜ்வாலை முகத்தில் அடித்து, முகம் தணலின் அனல் வீசிற்று, ஜுரம் கண்டாற்போல்.

வீணை பாய்மேல் கிடந்தது. அதுவும் ஒரு தனி அர்த்தத் துடன்தான். இப்பொழுது விளங்கிற்று – ஏதோ ரகசியத்தைத் தனக்குள் அடக்கி வைத்துக்கொண்டு அதைத் தானே அனுபவிப்பது போல்.

28

சென்றுபோன நாட்களிலிருந்து மாமியார் எழுகிறார். கத்தாழை நாராய் வெளுத்த மயிர் பிடரியில் சரிய, மஞ்சள் பற்றிய நெற்றியில் தகடு அகலத்திற்குக் குங்குமப் பொட்டுடன், கண்களில் ஏதோ குறையிருந்ததால் அவைகளில் எப்பவும் நீர் நிரம்பியோ, அல்லது ஓரங்களில் துளித்தபடியோ இருந்தது. ரவிக்கையைக் கழற்றிவிட்டபடியால், இருந்தவரை அந்தக் குடும்பத்தைத் தாங்கிய புஜங்கள் திரண்டு பழுப்பாய்த் தெரிகின்றன.

"அத்தை!"

அவர் மடியில், கைகளுள் முகத்தைப் புதைத்துக் கொண்டு அழுகிறாள். மாரை உடைக்கும் விம்மல்களில் அவள் தோள்கள் குலுங்குகின்றன. அத்தையின் கண்களிலும் பொக்கைவாய்ப் புன்னகையிலும் கருணை வழிகிறது. சின்னக்

குழந்தையைத் தடவிக் கொடுப்பது போல், உச்சந்தலையிலிருந்து முதுகுவரை பட்சமாய்த் தடவிக் கொடுக்கிறார்.

அவ்வளவுதான், தோற்றம் மறைந்துவிடுகிறது.

ஆச்சரியத்துடன் தன்னைச் சுற்றிப் பார்க்கிறாள். கண்ணைத் துடைத்துக்கொள்கிறாள். அவள் கண்களில் துளித்திருக்கும் கண்ணீர் நிஜமாய்த்தானிருக்கிறது. மீதியெல்லாம் எப்படியிருப்பினும். மாமியார் இறந்தபொழுது வந்த அழுகை பொய், இதுதான் நிஜம் என்றுகூடத் தோன்றுகிறது.

மாமியார் 'பொட்'டென கஷ்டப்படாமல் போன தினுசே அந்த உயிர் எவ்வளவு நல்ல உயிர் என்பதற்கு அத்தாட்சி.

மத்தியானம் ஒரு மணிக்குச் சாப்பிட்டுவிட்டுக் கொல்லைப் புறம் கையலம்ப போனார். பூசணிக்காய் உடைந்தாற்போல், அத்தை கிணற்றடியில் விழுந்த சப்தம் வாசல் வரை கேட்டது. வீடே அதிர்ந்தாற் போலிருந்தது. அவள் அப்பொழுதுதான் கலத்தில் சாதத்தை வைத்துக்கொண்டிருந்தாள். அவள் சமையலறையிலிருந்து ஓடி வந்தாள். மாமா வாசலிலிருந்து ஓடி வருகிறார். கணவர் மாடியிலிருந்து திடுதிடுவென்று ஓடிவந்தார். பார்த்தால் மலை போல் விழுந்திருக்கிறார். அவரை மூவரும் தூக்கிக்கொண்டு வந்து கூடத்தில் போடுவது பெரும் பாடாகி விட்டது. விசிறியை ஜலத்தில் நனைத்துக்கொண்டு ஓடி வந்து விசிறினாள். அவளுக்குப் பரபரக்கிறது. கிழவியின் கண்கள் மெதுவாய்த் திறந்தன.

"ஏண்டி, மழை இருட்டிண்டு வரதே! மொட்டை மாடியிலே வடாத்தை உலர்த்தியிருக்கோமா, தூத்தல் வரத்துக்கு முன்னாலே போய் எடுத்துண்டு வா."

மூவரும் ஒருவரையொருவர் பார்த்துத் திறுதிறுவென விழித்தனர். ஏனெனில், அப்போது வெய்யில் பட்டை வீறிக் கொண்டிருந்தது.

"அதெல்லாம் நாங்கள் பார்த்துக்கொள்கிறோம். நீ இப்போ நிம்மதியாய்த் தூங்கு" என்றார் கிழவர்.

"என்னவோ கிர்னு வந்தது – என்ன நேர்ந்தது? இப்போ நினைவு! கீழே விழுந்துட்டேனா? ஐயோ, மானம் போச்சே!" என்று சொல்லிக்கொண்டே கிழவி எழுந்திருக்க முயன்றாள்.

கிழவர் அவளை மெதுவாய்க் கையமர்த்தினார்.

"சும்மா படுத்துக்கோ."

"வெத்திலை போட்டுக்க வேண்டாமா? புருஷாள் இங்கே என்ன பண்றேள்?"

ஆனால், அத்தையால் எழுந்திருக்க முடியவில்லை. பாயில் திரும்பவும் சாயும்படிதான் ஆயிற்று. கிழவர் தலையணையை அண்டக் கொடுத்துவிட்டு மௌனமாய் வெளியில் சென்றார். திரும்பிவந்த பொழுது, அவர் கையில் வெற்றிலை, பாக்கு, சுண்ணாம்பு இருந்தன. பக்கத்தில் உட்கார்ந்துகொண்டு, கையுரலில் சின்ன இருப்பாணியைக் கொண்டு, வெற்றிலையை இடிக்க ஆரம்பித்துவிட்டார். எப்படிப்பட்டவர். மாரை அடைக் கிறது. "தீர்த்தத்தை நகர்த்துங்களேன்" என்று கெஞ்சினால், "சாப்பிடும்போதே எடுத்து வைத்துக் கொள்வதற்கென்ன?" என்று தாட்சணியம் இல்லாமல் மறுப்பவர்!

மாமியாருக்கு மத்தியானம் மூன்று மணிக்கே நினைவு தப்பிவிட்டது. இரவெல்லாம் ஜுரம் நெருப்பாய்க் காய்ந்தது. மூவரும் கண்ணிமைக்காமல் அவளைச் சுற்றி வட்டமிட்டுக் கொண்டிருந்தனர். வைத்தியன் வந்து நாடியைப் பட்டுத்துணியில் பிடித்துப் பார்த்துவிட்டு உதட்டைப் பிதுக்கியபடி போனான்.

பொலபொலவென விடியும் சமயம். கணீரென குரலில் கிழவி மருமகளைக் கூப்பிட்டாள்.

"குளுகுளுன்னு எனக்கு ஒரு டம்ளர் ஜலம் கொடேன்" என்று கேட்டு வாங்கிக் குடித்தாள்.

"அப்பாடா! என் வயிறு குளிர்ந்தது. நான் இனிமேல் போயிடுவேன். ஆனால், ஒருத்தரும் அழுது ரகளை பண்ணிக் குழந்தைகளைப் பயமுறுத்திடாதேங்கோ. குழந்தைகள் தூங்கறதா? பரவாயில்லே. இப்போ ஒண்ணும் அதுகளை எழுப்ப வேண்டாம். இங்கே வா, பக்கத்திலே வா, நீ ரொம்ப நல்ல பெண். எனக்கு உன்னிடத்திலே பரம திருப்தி அதனாலே உனக்கு நான் சொல்ல வேண்டியது ஒண்ணுமில்லே. அவர் எங்கே?"

"இதோ இருக்கேனே" என்று கிழவர் பக்கத்திலே வந்தார். அவருள் நடக்கும் பயங்கரமான யுத்தத்தில் முகம் செவேலெனக் கொதித்துக்கொண்டிருந்தது.

அத்தை லேசாய்ப் புன்னகை புரிந்தார்.

"இதென்ன இவ்வளவு வருத்தப்படறேளே! நான் கொடுத்து வெச்சவள்னா! விளக்கை உங்கள் கையில் கொடுத்துவிட்டு,

மடியில் மஞ்சளும் தேங்காயுமா, ராஜாத்தி மாதிரி போகப் போறேன். குழந்தை!"

அவள் கணவரிடம் அவர் ஒரு வார்த்தையும் சொல்லவில்லை. ஆசையாய் ஒருமுறை உச்சந்தலையிலிருந்து முதுகைத் தடவிக் கொடுத்துவிட்டு, கண்ணை மூடிக்கொண்டார்; அவ்வளவுதான்.

கிழவர் வாய்விட்டு அழுது அப்பொழுதுதான் அவள் பார்த்தாள், காற்றில் நடுங்கும் இலைச்சருகு போல், அந்த மெலிந்த தேகம் குலுங்குகையில், 'இவ்வளவு பாசத்தை இவர் எப்படி ஏன் தனக்குள் அடக்கிக்கொண்டிருந்தார்?' என்ற கேள்வி மனதில் எழாமலில்லை.

தவிர, புருஷாள் அழுவதைப் பார்த்தாலே உள்ளூர ஏதோ ஒரு திகில் ஏற்படுகிறது – சிந்தாத கண்ணீர் சிந்துகையில் நேரலாகாதது நேர்ந்துவிட்டது போல்.

எப்படியிருந்தால் என்ன, அத்தை வந்த இடம் போய்ச் சேர்ந்து விட்டார். அவர் தனக்கு மாமியார் மாத்திரமல்ல – மாமியாருக்கு மாமியார், தாயாருக்கு தாயார் அவர். 'அன்புடைய மாமி!' எங்கே, நடராஜபத்திலா வரது?

சிலர் இறந்த பின்னர் ஒருவிதமான புத்துயிர் பெற்றுத் திகழ்கிறார்கள். அத்தையின் நினைவுகள் அதே மாதிரிதான் அவர் இறந்த பின்னரும் வீட்டில் நடமாடின. எது சம்பந்த மாகவாவது அவரைப்பற்றி நினையாமல் இருக்க முடியவில்லை. காலையில் எழுந்ததுமே அவர் தூணில் கயிற்றை மாட்டித் தயிர் கடைவதும், மாலையில் குழந்தைகளுக்குச் சுற்றிப் போடுவதும் – "ஏ அம்பிப் பயலே வாடா, சின்னப் பொண்ணே வாடீ, அங்கச்சி வாடீ! –"

மத்தியானத்தில் குழந்தைகளுக்குச் சாதம் பிசைந்து கையில் போடுவதும் – எத்தனைமுறை தன் குழந்தைகளுடன் தானும் ஒரு குழந்தையாய் அவளும் உட்கார்ந்து இரண்டு கவளம் வாங்கிக்கொண்டிருக்கிறாள்! மோர் சாதமா அது, அமிர்தத்தினும் இனிய அன்பின் ஊட்டல் அல்லவா?

தானே காற்றின் அசைவில் ஊஞ்சல் சங்கிலி முனகினால் அத்தை நினைவு தானே எழும். அவர் தன் தெய்வ நிலையில் அவ்வப்போது வந்து தன் குடும்பத்தைப் பார்த்துக்கொள்வார் என்று நினைத்துக்கொள்கையில், அழுகையின் தேம்பலைத் தொட்டுக்கொண்டு ஒரு ஆறுதல் கிட்டுகிறது.

குடும்ப பாரத்தைத் தாங்குவதில் அவள் கணவரால் அவளுக்குத் துளிகூட ஒத்தாசை கிடையாது. ஏன், அத்தை போன பின்னரே, வீட்டில் ஒருவருமே அந்த வீட்டில் ஒட்டினவராயில்லை. சமைத்து வைத்துவிட்டு எல்லோரையும் சம்பந்திப்பேர் மாதிரி அழைத்து உபசாரம் பண்ணவேண்டியிருக்கிறது.

"அம்பீ வாடா, சின்னப் பொண்ணு வாடீ! அங்கச்சி வாடீ! தாத்தாவைக் கூப்பிடு, அப்பாவைக் கூப்பிடு..."

"இரு அம்மா, இந்தப் பம்பரத்தை சக்கை பிளந்துட்டு வரேன்..."

கிழவர் திண்ணையில் உட்கார்ந்துகொண்டு, வழியோடு போகிறவன் எவனையாவது வலுவில் கூப்பிட்டு அளாவுவார்.

"பார் இந்தப் பசங்களை! இடுப்பு முண்டு நழுவறது கூடத் தெரியல்லே. ஆணுக்குச் சரியா பொட்டைக் குட்டியும் சேர்ந்து பம்பரமாடிக்கொண்டிருக்கிறது. நம்மை சட்டை பண்ணறான்களா? எதிரிலே வந்து உட்கார்ந்தால் ரெண்டு பாடம் சொல்லிக் கொடுக்க மாட்டேனா? இழுத்து வைத்து எழவு கொண்டாடினாலும் கேட்க மாட்டேன்கறது! 'என்ன தாத்தா! போ தாத்தா! வா தாத்தா!!' என்று எதிர்க்கிறான்கள். இவர்கள் வயசில் நான் இப்படி இருந்திருப்பேனா? எல்லாம் குலத்தைக் கெடுக்க வந்திருக்கிறதுகள்."

"மன்னிக்கணும். நான் கொஞ்சம் அவசரமா..."

"என்னடா அவசரம் தட்டுக் கெட்டுப்போறது? உனக்கு எப்பவும் அவசரம்தானா! பெரியவன் சொல்றேனேன்னு ஒரு மரியாதைகூடக் கிடையாது. அவசரமாம்! இந்த லோகமே இப்போ ஒரே அவசரத்தில்தானிருக்கிறது; அது என்ன அவசரமோ? உன் அப்பாவும் இப்போதெல்லாம் கண்ணில் படறதில்லை. இல்லை, அவருக்கும் அவசரந்தானா?"

"என் தகப்பனார் காலமாகிவிட்டாரே, போன வருஷம்! நீங்கள்கூட கிரியைக்கு வந்திருந்தீர்களே!"

"வந்திருந்தேனா என்ன? அடாடா, இப்போ ஞாபகம் வருகிறது. வயசாயிடுத்தோன்னோ, சட்டு சட்டுனு மறந்து போய் விடுகிறது. ஆமா ஆமா, நல்ல வேளை, பழுத்த சுமங்கலியாய் முந்திண்டுட்டாளே உன் தாயார்!"

"ஐயோ! என் தாயார் சௌக்கியமாய்த்தான் இருக்கிறாள்."

"ஓ அப்படியா? சந்தோஷம். ஓஹோ எனக்கு இப்போ புரிகிறது. நான் யாரைப்பற்றிச் சொல்லிக்கொண்டிருக்கிறேன்

என்று. உன் வீட்டுக்கு நாலு வீடு தாண்டி குறடு போட்டு சார்மணைத் திண்ணை இருக்கு பார், அந்த வீட்டிலே – நீ அப்போ பிறந்துகூட இருக்கமாட்டாய் – இப்போ அங்கே இருக்கானே அந்த வீட்டுக்காரனின் பாட்டனாரையும் அவர் சம்சாரத்தையும் பற்றிச் சொல்கிறேன். நான் சொல்கிறேன், அவர்கள் சாவைப்பற்றி; நீ கேள்விப்பட்டிருக்கையோ? உனக்கு எப்படி தெரிந்திருக்க முடியும்?"

வந்தவன் சுபகாரியமாகக் கிளம்பியிருப்பான். பிறகு யாருமே கிழவருடன் பேசுவதற்கே அஞ்சி ஒதுங்கிப் போவார்கள். அவரிடம் அகப்பட்டுக்கொண்டால் லேசில் மீள முடியாது. ஏதாவது பேசிக்கொண்டேயிருப்பார், சம்பந்தா சம்பந்த மில்லாமல். ஒருவரும் அகப்படாவிட்டால், திண்ணையில் நிமிர்ந்த முதுகுடன் கால்மேல் கால் போட்டுக்கொண்டு உட்கார்ந்திருப்பார். முன் மண்டை முற்றின தேங்காயாய் வழுக்கை விழுந்து, வெள்ளை மயிர் பரட்டையாய், தலையைச் சுற்றி விசிறிக்கொண்டு நிற்கும். அடர்ந்து சிலிர்த்த புருவங்களுக் கிடையில், கண்களின் பார்வை கொஞ்சம் கொஞ்சமாய் மங்கிக்கொண்டு வந்தாலும், அவைகளுக்கு ஊசிமுனை போன்ற ஒரு பளபளப்புண்டு. அப்படி அவர் தன்னந்தனியாய் இரைக்குப் பாயக் காத்துக்கொண்டிருக்கும் பருந்துபோல் 'யார் பேச்சுக்கு அகப்படுவான்?' என்று காத்துக்கொண்டிருக்கையில், அதுவும் பரிதாபமாய்த்தானிருக்கும். சில சமயங்களில் உட்கார்ந்த வண்ணம் அப்படியே உறங்கிப்போனாலும் போவார். தெருவில் பேரக் குழந்தைகள் விளையாடிக்கொண்டிருக்கும் பந்து, எகிறி மடிமீது வந்து விழுகையில் திடுக்கென்று விழித்துக்கொண்டு, தன்மேல் பூத்த சாம்பலை உதறிக்கொண்டு, மறுபடியும் தணலாய்த் தகிக்க ஆரம்பித்துவிடுவார். ஆனால், அவர் மேல் இப்போது அடிக்கடி நீறு பூக்க ஆரம்பித்துவிட்டது.

அவர் சளைத்துப்போய் இம்மாதிரி உட்கார்ந்திருக்கும் சமயங்களில் மனம் பொறுக்காது, மடியில் கையைத் துடைத்துக் கொண்டு மாடிக்குப் போவாள்.

"நீங்கள்தான் கொஞ்ச நேரம் அப்பாவோட பேசிண்டு இருக்கப்படாதா?"

அவள் பேச்சின் சப்தம் கேட்டு குனிந்த தலை நிமிரும். ஆனால், அந்தக் கண்களில் "என்ன?" எனும் வினாத்தான் நிற்கும்.

வரவர அவளுக்குத் தன் கணவரைப் பற்றிய வியப்பு அதிகரித்துக்கொண்டே வந்தது. வீட்டை விட்டு வெளியில்

போவது ரொம்பக் குறைந்துவிட்டது. ஆனால், ஆள் எட்ட எட்டத்தான் போய்க்கொண்டிருந்தார். சுபாவத்திலேயே கலகலப்புக் கிடையாது. ஆனால், அதையே ஒரு குற்றமாகக் கூறிவிட முடியுமா? அப்பாவும் பிள்ளையும் பழகுவதே ஒரு விதம். கிழவர் வாசலில் இருக்கும் வயதுப் பையன்களுடன் சகஜமாய்ப் பேசுவார். ஆனால், தன் பிள்ளையோடு அப்படிப் பழகினால் தன் சுய கௌரவத்திற்குக் குறைவு எனப் பாவித்தாரோ என்னவோ? இத்தனைக்கும் ஒரே பிள்ளை ஊறுகாய் தொட்டுக்கொள்வது போல் இருவரிடையிலும் வார்த்தைகள் சொல்பமாய்த்தான் நடமாடும். அந்தக் காலத்தின் கோளாறோ அல்லது அவர் இயல்புதானோ, தன் உள்ளுணர்ச்சிகளை வெளிக்காட்டவே கிழவர் பயப்பட்டார். வெடுக்கு வெடுக்கெனவும் கேலி சிந்தும் பேச்சுக்களடியில் பொங்கி வழியும் பாசத்தை சும்மா இடம் மாற்றி மாற்றிப் புதைத்துக்கொண்டேயிருந்தார்.

மகனும் அதைப் பொருட்படுத்தியதாகவோ அல்லது அறிந்துகொண்டதாகவோ காண்பித்துக்கொள்வதில்லை. அவரும் எதிலும் ஒட்டாமல், தான் உண்டு அவர் மோனம் உண்டு என்றிருந்தது அவளுக்கு எரிச்சலாய் வந்தது. எத்தனையோ முறை தன் கோபம் அவரைச் சுடவேண்டும் என்று அதற்கு வேண்டிய சன்னதங்களுடன் பேசவருவாள். ஆனால், அவருடைய பாலிய மணம் மாறாத திக்குத்தப்பினாற் போன்ற திகைத்த புன்னகையைக் கண்டதும், அவள் ஏற்பாடாய் வந்த எண்ணங்கள் அனைத்தும் மறந்துவிடும். படுதோல்வியுடன் திரும்புவாள். அவருடைய திகைப்பில் ஏதோ ஒரு சோகமான கவர்ச்சி, சொக்குப் பொடியிருந்தது.

அதைப் பார்த்ததும், அவரைக் கோவிப்பதா அல்லது அவருடன் சேர்ந்து சிரிப்பதா என்றே புரியாது.

ஆனால், ஒரு காரியம் செய்யமாட்டேன் என்று மறுக்க மாட்டார். முந்திக்கொண்டும் வரமாட்டார். அவளுடன் யாராவது ஒரு சண்டை போட்டாலாவது தேவலையென்று அவளுக்குச் சில சமயங்களில் தோன்றும். இந்தக் கவலைகள் எல்லாம் பட்டுக்கொண்டிருந்தால் இவைகளுக்கு முடிவில்லை என்று அவளுக்கே தெரிந்தது. ஆனாலும் இதுவரை ஏதோ அத்தை இருந்தார். அவர் நகர்த்தின காரியங்கள் அதிகம் இல்லாவிடினும், வீட்டுக்குப் பெரியவள் என அவளைச் சாக்கிட்டுக்கொண்டு குடும்ப காரியங்கள் நடந்து

வந்ததால், பாரம் அவள் தலைமேல் இதுவரை தெரிந்ததில்லை. இத்தனை நாள் இந்த வீட்டில் பழகியும் ஏதாவது ஒரு வேளை, மாமனாரோ, கணவரோ ஒரு வேளை சாப்பிடாமல் இருந்துவிட்டால் ‘வயிறு சரியில்லையா? அல்லது என்ன கோபமோ?’ என்று தனக்குள் ஏதாவது குருட்டு யோசனைகளையோ, பயங்களையோ, பண்ணாத தவறுகளுக்குப் பச்சாதபங்களையோ பட்டுக்கொண்டு தவித்துக்கொண்டிருப்பாள். அத்தை போனதிலிருந்தே வீட்டுக்கு ஏதோ வந்துவிட்டது என்று எண்ணம் விழுந்துவிட்டது. அவள் ஏற்கெனவே படும் சஞ்சலத்திற்கு ஏற்றவாறு சூசகமும் ஒன்று நேர்ந்தது. அதுவும் எப்படிப்பட்ட சூசகம்!

வீட்டுக்கு விலக்காய் ஒரு நாள் கொல்லைப்புறத் தாழ்வாரத்தில் படுத்துக்கொண்டிருந்தாள். பிற்பகல் மூன்று மணியிருக்கும். அரைத் தூக்கத்தில் மயங்கியிருக்கையில் யாரோ உச்சி மண்டை மயிரைப் பிடித்து இழுத்த மாதிரியிருந்தது. ஆனால், தூக்கக் கலக்கத்தில் குறுகுறுத்த இடத்தைச் சொறிந்துகொண்டு தலையைத் திருப்பிப் படுத்துக்கொண்டாள். ஆனால், அடுத்த நிமிஷம் மறுபடியும், இந்தத் தடவை நன்கு வலிக்கும்படி யாரோ அதே இடத்தில் நாலு மயிரைச் சேர்த்துப் பிடித்து இழுத்த மாதிரியிருந்தது. குழந்தைகளின் சேஷ்டையென்று நினைத்து சிடுசிடுத்துக்கொண்டே சட்டென எழுந்தால் – பாம்பு!

நன்றாய் இரண்டு மார் வீச்சிருக்கும் படத்தைக் கீழே “பட் பட்” என்று போட்டு, ‘புஸ்’ ‘புஸ்’ எனச் சீறிக்கொண்டு, கண்களில் குரூரம் கொதிக்கிறது.

“ஐயோ, ப்ழாம்புழ்! ப்ழாம்புழ்!” வாய் குழறிப் போயிற்று, இசை கேடாய் ஓடக்கூட இடமிலாது சுவரோரத்தில் அகப்பட்டுக்கொண்டுவிட்டாள். ஆனால், இடமிருந்திருந்தாலும் ஓடுவதற்கு உடலில் சக்தி இருந்திருக்குமோ என்பது சந்தேகந்தான். பயம் உடம்பை அப்படியே அழுத்தி, தொண்டையில் இருக்கும் ஈரம் அத்தனையையும் குடித்துவிட்டது. மனம்தான் விசிறி விசிறித் தவிக்கிறது.

“ப்ழாம்புழ்! ப்ழாம்புழ்!!” கொல்லைப்புறத்தில் இவள் குழறிக்கொண்டிருப்பது யாருக்குக் காது கேட்கும்?

சில யுகங்கள் கழித்து அது தோட்டத்தின் கோடியில் வாழை மரங்களுக்குத் தண்ணீர் பாய்வதற்காக வெட்டி விட்டிருக்கும் சாக்கடை வழியாக, வெகு சாவகாசமாய் வளைந்து போய், வாழை மரங்களுக்கப்பால் மறைந்துவிட்டது.

அப்புறம் புருஷர்களைக் கூப்பிட்டு பாம்பைத் தேடச் செய்தும் அவர்கள் தோட்டத்தைத் தலைகீழாகக் கவிழ்த்துப் பார்த்தும், அது வந்த சோடைகூட அகப்படவில்லை. "ஏதாவது கனவு கண்டிருப்பாள். மாதவிடாயில் இருப்பவர்கள் தூங்கக் கூடாது என்று அதற்குத்தான் சொல்வது! மெனக் கெட்டதுதான் மிச்சம்" என்று வாய்ச்சூடு ஒன்றை இழுத்து விட்டு மாமனார் வாசற்புறம் சென்றுவிட்டார்.

ஆனால், அந்த விஷயத்தை அவ்வளவு லேசில் அவளால் மூட்டைகட்டி வைத்துவிட முடியவில்லை.

அநேக தடவை அந்தச் சம்பவத்தைப் பற்றிச் சிந்தித்துக் கொண்டிருந்தாள். 'எவ்விதமாக பாதுகாப்போ, எச்சரிக்கையோ அல்லது முன் கூட்டின ஜாக்கிரதையோ இல்லாது நான் அயர்ந்திருக்கும் சமயம் பார்த்து அது வந்திருக்கு. வெகு சுலபமாய் என்னைக் கடித்துவிட்டுப் போயிருக்கலாம். ஆனால், அப்படி என்னைக் கொல்லாமல், தூங்கிக்கொண்டிருப்பவளை மெனக் கெட்டு ஒரு முறைக்கு இருமுறை மயிரைப் பிடித்து உலுக்கி எழுப்பிவிட்டுப் போனதுதான் புரியவில்லை. புரியாமல் மனமும் நிம்மதி கொள்ளவில்லை. எதற்காக அப்படி எழுப்பணும்? அந்தச் செய்கையில் அது மனித அறிவையே காட்டியிருக்கிறதே! இப்பொழுது அதைப்பற்றி அடிக்கடி நினைப்பதால் அதைக் கண்ட பயம் தெளிந்து, அதன் செய்கையின் பயம்தான் அதிகரிக்கிறது. அது கடைசியாக அர்த்தத்துடன் என்னை ஒருமுறை பார்த்துவிட்டுப் பிறகு சாவகாசமாகத் திரும்பி வளைஞ்சு வளைஞ்சு போனது. ஏதோ தன் அழகை உணர்ந்த பெண் – அல்லது ஆணா? நல்ல பாம்பு ஆணா, பெண்ணா?– அந்த அழகின் பெருமிதத்துடன், அவ்வழகு வெளிப்பட, அழகு நெளிவுடன் நடந்து போனது போலிருந்தது. இப்பொழுது திரும்பத் திரும்ப அதைப்பற்றிய சிந்தனை திடம் ஆக ஆக என் கற்பனையின் உவமையில் அதற்கு அளித்த பெண்மைக்கேற்ற புருஷனாக – அல்ல பெண்ணாக – அதற்காக மாத்திரம் நான் ஆகிவிடமாட்டேனா? ஏதோ ஒரு தினுசில் அதை நான் இச்சித்தேனோ?'

'சீ இதென்ன அசட்டுப் பிசட்டுன்னு அர்த்தமில்லாத எண்ணம்! எனக்கே வெட்கக்கேடாக இருக்கு.' அவள் முகம் இரத்தம் குழம்பிற்று.

இந்த சஞ்சலத்தைப் பட்டுக்கொண்டே இருக்க முடிய வில்லை. அப்புறம் ஒரு யோசனை தோன்றிற்று. தனக்குத்

தெரிந்தவளுக்குத் தெரிந்தவள் ஒருத்தி நன்றாய் ஜோஸ்யம் பார்ப்பதாய்க் கேள்விப்பட்டாள். அவளிடம் போய், ஜாதகத்தைக் காண்பித்து விஷயத்தையும் சொல்லி பலன் கேட்டால் என்ன?

ஆனால், ஜாதகம் வேண்டுமே! வீட்டில் எல்லோருடைய ஜாதகங்களும் மாமனாரின் பொறுப்பில்தான் இருந்தது. 'என் ஜாதகத்தைப் பார்த்துக்கொள்ளணும், சித்தெ கொடுங்கோ'ன்னு அவரிடம் கேட்டு வாங்க முடியுமா?

பிறகு ஒருநாள் அவர் மத்தியானம் வாசல் திண்ணையில் தூங்கும் சமயம் பார்த்து சுவரில் மாட்டியிருந்த சாவிக் கொத்தை எடுத்துக்கொண்டு மாடிக்குச் சென்றாள். படபடக்கும் நெஞ்சுடன் ஒவ்வொரு சாவியாய்ப் போட்டுப் பார்த்தாள். கடைசியாக ஒன்று பொருந்திப் பூட்டில் திரும்பியது. நெஞ்சு படபடத்தது. பெட்டியைத் திறவாமலே, அதன் மேலேயே சாய்ந்துகொண்டு நின்றாள்.

அவளுடைய ஜன்மத்திற்கே இது ஒரு புது அனுபவம். தனக்கென்று ஒரு பொருளுக்கு அவள் இதுவரை தனியாக ஆசைப்பட்டதில்லை. அப்படி ஆசைப்படும்படி ஒரு சந்தர்ப்பமோ அல்லது ஓரவஞ்சனையோ இந்த வீட்டில் நேர்ந்ததில்லை. அவள் பிறந்த வீட்டிலாவது ஏதோ அப்படியும் இப்படியுமாக, ஒண்ணு இருந்தால் ஒண்ணு இருக்காது. ஆனால், இங்கு என்ன குறைவு?

தவிர அவள் மாமியார் இருக்கும்வரை எதிலும் தன் பங்கைத் தானாக எடுத்துக்கொண்டதில்லை.

அடுக்கு நிறைய அவளேதான் பண்ணுவாள். ஆனால், அவள் வீதத்தை அத்தைதான் அள்ளிக் கொடுப்பார். அதுதான் அவளுக்குப் பாந்தமாயுமிருந்தது. இப்போதெல்லாம் வீட்டுப் புருஷர்களுக்குச் சாதம் போட்டபின், முதல் ஈடு சோற்றைக் கலத்தில் வட்டித்துக்கொண்டு உட்கார்ந்துவிட்டு, பாக்கியை இடது கையால் தனக்குத்தானே பரிமாறிக்கொள்வது சில சமயங்களில் அவளுக்குச் சாப்பாடுகூட வேண்டியில்லை. அந்த நாளிலும் மாமியாரும் மருமகளும் சேர்ந்தாற் போல்தான் உட்காருவார்கள். அந்தக் குழம்பு ரஸத்தையும் அத்தை இடது கையினால்தான் பரிமாறுவார். ஆனால் சரியாயிருந்தது. இது சரியாயில்லை.

அதுவும் இப்பொழுது தான் திருடும் பொருள்தான் என்ன? பணமா, காசா? கேவலம் ஒரு ஜாதகக்கட்டு. அதை நினைக்கையிலேயே துக்கம் தொண்டையை அடைத்தது.

தனக்குக் காலம் பொல்லாதாகிக்கொண்டிருந்ததற்கு, இதைவிட அத்தாட்சி வேணுமா? இருந்தாலும், இந்த மனுஷ ஜன்மத்திற்கு எதிர்காலத்தைத் தெரிந்துகொள்வதில் இருக்கும் ஆவலை எவ்வளவுதான் அடக்க முடிகிறது? மனதைத் திடப்படுத்திக் கொண்டு பெட்டியைத் திறந்தாள்.

திறந்ததுமே 'கம்'மென மணம் கிளம்பிற்று.

பெட்டியிலிருக்கும் சாமான்களைப் பார்த்ததும் அவளுக்குப் புன்சிரிப்பு வந்தது.

ஒரு கண்ணாடி ஜாடியில் கர்ச்சூரிக்காய், இன்னொரு சீசாவில் தலைக்குத் தேய்த்துக்கொள்ளும் ஏதோ பச்சிலைத் தைலம், ஒரு வெள்ளிப் பேலாவில் சந்தன வில்லைகள். பழனி விபூதிப் பொட்டலம், பெட்டியின் இன்னொரு மூலையில் ஒரு கட்டு ஊதுவத்தி, வீணைதந்தி ஸெட்டுகள் நாலைந்து, உடைந்து போனதும், நசுங்கிப் போனதுமான இரண்டு தங்கக் காசுகள், அறுந்துபோன வெள்ளிச் சங்கிலியோடு ஒரு கைக்கடியாரம், நாலைந்து மூக்குக் கண்ணாடிகள், ஓலைச் சுவடிகள் ஒன்றிரண்டு கட்டுகள்.

அதில் அனேக சாமான்கள் வெள்ளியிலேயே இருக்கக் கூடியவை. இன்னும் சில உபயோகமற்றவையுங்கூட. ஆனால், கிழவருக்கே வரவர பொத்திப் பொத்தி வைத்துக்கொள்ளும் சுபாவம் அதிகரித்துவிட்டது. நாளடைவில், அவைகளின் உபயோகம் தீர்ந்த பிறகுகூட, அவைகளை விட்டுப் பிரியவோ, தூக்கி வெளியில் எறியவோ மனம் வராது பெட்டிக்குள்ளேயே பதுக்கி வைத்திருந்தார்.

அப்புறம் ஜாதகப் புத்தகமும் அகப்பட்டது. ஒரு பட்டுத் துணியில் சுற்றி வைத்திருந்தார். அதையெடுத்துப் பக்கங்களைப் புரட்டினாள். நிறைய பக்கத்திற்குப் பக்கம் மங்கலக் குறியாக மஞ்சளை அப்பியிருந்தது. ஒன்றிரண்டு ஜாதகங்களைக் குறுக்கே அடித்திருந்தது. அந்த ஜாதகர்கள் இறந்தவர்களோ? ஏதோ ரத்தான ஒரு ஜாதகத்தின் மீது பார்வை அவளையுமறியாமல் தட்டுப்பட்டது. இது மாமனாரின் தகப்பனாரது ஜாதகமாய் இருக்குமோ? அன்று மாமனார் சொன்ன கதை ஞாபகம் வந்தது. ஜாதகத்தில் அவளுக்கு என்ன தெரியப்போகிறது என்றாலும், ஜாதகக் கட்டான்களுக்கிடையில் இருக்கும் நடு வீட்டிலிருந்து அரூபமாய் ஜாதகனின் முகம் அவளை எட்டிப்பார்ப்பது போன்ற ஒரு உணர்ச்சி அவளுக்கு ஏற்பட்டது. அதனாலேயே

ஒரு பீதி. மேல் யோசனைகளுக்கு இடங்கொடுக்கப் பயந்து அடுத்த பக்கம் புரட்டினாள்.

இதற்குள் மாடிப் படியில் ஏதோ அரவம் கேட்டதால் பரக்க பரக்க ஜாதகப் புத்தகத்தை மடித் தலைப்பில் கட்டிக் கொண்டு, பெட்டியை மூடிப் பூட்டிக்கொண்டு வெளிப்பட்டாள்.

ஆனால், நல்ல வேளையாய் ஒருவருமில்லை. குருவிதான், குழந்தை ஜலம் குடித்துவிட்டு படியிலேயே வைத்துவிட்டுப் போன டம்ளரை உருட்டிவிட்டிருந்தது.

அப்புறம் தனக்குத் தெரிந்தவளிடம் புத்தகத்தைக் கொடுத்து, பாம்பு சம்பவத்தையும் சொல்லியனுப்பிக் கேட்டதில், அன்று மாலையே புத்தகமும் தகவலும் வந்து சேர்ந்தன. ஜாதகப்படி, அவளுக்கு ராகு திசை வந்திருப்பதாகவும் சிரம திசையாகத் தானிருக்கும் என்று அறிந்தாள். ஆனால், எத்தனை நாள், எந்த மாதிரி கிரஹப்படுத்தும் முதலிய விவரங்களை அறிய முடிய வில்லை. மேலும் தொடர்ந்து விசாரித்தால் தன் காரியத்துக்குப் பகிரங்கம் ஏறபட்டுவிடுமோ என்ற பயம் வந்துவிட்டது. தவிர, கோட்டுக்கப்பால் என்ன இருக்குமோ? அறிய ஆவல் அதிகரித்த தெனினும் தைரியம் போதவில்லை. இப்போதைக்கு அறிந்தமட்டும் போதும். பாம்பு தன்னை மயிரைப் பிடித்து எச்சரிக்கை யாகத்தான் இழுத்திருக்கிறது. கடிக்கவில்லை என்றவரைக்கும் திருப்திப்பட்டுக்கொண்டு இருந்துவிட்டாள்.

29

அவள் போடும் தார்க்குச்சி தாங்காது அவள் கணவர் சில சமயங்களில் அவள் மாமனாருடன் உட்கார்ந்துவிட்டு வருவதுண்டு. பேச்சுத் துணைக்கென்று அவள் அனுப்பினாலும், அநேகமாய் பேச்சே இல்லாமல் போய்விடும். மாரியம்மன் கோவிலில் கட்டி வைத்திருக்கும் சிலைகள் போன்று இருவரும் ஒருவருக்கொருவர் எதிரிலோ பக்கத்திலோ மணிக்கணக்காய் உட்கார்ந்துவிட்டு அப்படியே கலைந்துவிடுவார்கள். அதுவே ஒரு வேதனையாயிருக்கும்.

"அப்பாவோடு ஏதாவது பேசப்படாதா?" என்று கணவரைக் கேட்டால், 'என்னத்தைப் பேசுவது?' என்கிற முறையில், மருண்ட குழந்தைப் பார்வையுடன் கையை விரிப்பார். அதுவும் வேதனையாயிருக்கும்.

சில சமயங்களில் பேச்சும் நடக்கும். ஆனால், அது ஒரு தினுசாயிருக்கும். கிழவர் எதாவது ஆரம்பிப்பார்.

"ஏண்டா, உருப்படியா ஏதாவது எடுத்து வாசிக்கப்படாதா?"

அவள் கணவருக்கு வெட்கத்தால் முகம் சிவந்துவிடும். அவர் முகத்தைச் சிவக்கடிக்க ஒரு சின்ன வார்த்தைகூடப் போதும்.

அவள் கணவருக்கு வாய் அடைத்துவிடும். அவ்வளவு தான், கிழவர் முடுக்கிவிட்டாற் போல் பேசிக்கொண்டே போவார்; யாரைக் குறை கூறுகிறார் என்று நிச்சயமாய்த் தெரியாது.

"இல்லை, ஏதாவது புதியதாய் உனக்குள் உண்டு பண்ணு வதாய் தியானமோ? இங்கிலீஷ்காரன் தன் பாஷைக்குப் புதிது புதிதாய் வார்த்தைகள் சேர்க்கிறானே. அது மாதிரி!"

இந்தச் சமயத்தில் அவள் கணவரின் கண்கள் அசல் நீலமாகவே மாறிவிட்டதாய் அவளுக்குத் தோன்றும். இருந்தும் எதிர்த்து ஒரு வார்த்தை பேசமாட்டார்; மௌனமாய்ச் சகித்துக் கொண்டிருப்பார். அந்தச் சமயத்தில் அனேகமாய் அவர் அங்கே இருந்தும், இருக்க மாட்டார்.

குழந்தைகள் ஒரு விளையாட்டுச் சாமானை இரண்டு நாட்கள் சேர்ந்தாற்போல் வைத்திருந்தார்கள் என்ற பேச்சே கிடையாது. ஒன்று கெட்டுப் போக்கியிருப்பார்கள் அல்லது கெடுத்து வைத்திருப்பார்கள். கிழவரின் ஜாக்கிரதைக்கும் அவர்களுடைய முரட்டு சுபாவத்திற்கும் மலைக்கு மடு. கிழவர் ஒரு தினுசில் அவர்களைக் கண்டு பயப்பட்டார் என்றுகூடச் சொல்லலாம். அதை அவர்கள் நன்றாய் அறிந்துகொண்டிருக்கிறார்கள்.

பையன் சிரமப்பட்டுத் திண்ணை மீது ஏறி, கிழவருடைய துல்லியமான வஸ்திரத்தில் ஐந்து விரல்களும் உள்ளங்கையும் பதிய அழுக்கு முத்திரை வைப்பான். இதற்குள் கப்பு அவர் தம் பக்கத்தில் வைத்திருக்கும் கண்ணாடிக் கூட்டிலிருந்து கண்ணாடியை எடுத்துத் தான் போட்டுக்கொண்டு பார்ப் பாள். "வக்கிரங்கள்! வக்கிரங்கள்!!" என்று வைதவண்ணம் கிழவர் இவர்களோடு போராடிக்கொண்டிருக்கையிலேயே, கடைக்குட்டிப் பெண்ணரசி பின்னாலேயே முதுகுப்புறமாய்

வந்து கழுத்தைக் கட்டிக்கொண்டு, தன் மூக்குச் சளியும் எச்சிலும் தேய, கிழவரின் இரு கன்னங்களிலும் முத்தமிடுவாள். தான் வசப்பட விரும்பாத ஒரு இன்ப பயங்கரத்தில் கிழவர் விளிம்பிலிருந்து விழுந்துவிட்ட மாதிரி தவிப்பார். அம்மாதிரி சமயங்களில் அவரைப் பார்க்க வேடிக்கையாயும் இருக்கும்; வேதனையாயும் இருக்கும். எரிச்சலும் வரும். அவர் தன்னைத் தானே மறுத்துக்கொள்ளும் தீவிரத்தில், காற்றுக்குப் பயந்து கம்பளிக்குமேல் கம்பளி போர்த்திக்கொண்டு வேர்த்துப் புழுங்கித் தவித்துக்கொண்டிருக்கும் நோயாளி போலிருந்தார். இவர் ஏன் இப்படி தன்னோடேயே கண்ணாமூச்சி விளையாடணும்?

ஆனால், கடைப்பேத்திமேல் கிழவருக்குக் கொஞ்சம் இஷ்டம் கூடத்தான். அவள் கொஞ்சம் அத்துரு முளைத்து மூன்று இலை விடவில்லையானாலும், பெரிய நூற்றுக்கிழம் மாதிரி நடந்துகொள்வாள். விளையாட்டுக்குக் கூட்டாளி வேணுமென்றில்லை அவளுக்குத் தனக்குத்தானே ஓர் இடத்தில் உட்கார்ந்துகொண்டு, சுவரோடு பேசிக்கொண்டோ அல்லது மௌனமாகவோ மணிக்கணக்காய் அவளால் இருக்க முடியும். எதற்காகவோ கூப்பிட்டாலோ அல்லது ஏதாவது கொடுக்க வந்தாலோ, “மாட்டேன் போ! வேண்டாம் போ!” என்று கணீரென்று கொச்சையே இல்லாமல், வெகு மேட்டிமையாக உச்சரிக்கத் தெரியும். கிழவர் தனக்குத் திரும்பிக்கொண்டிருக்கும் குழந்தைப் பருவத்திலும், பேத்தி இப்பொழுதே பயிலப் பார்க்கும் முதுமையிலும் ஒற்றுமை கண்டாரோ என்னவோ? சில சமயங்களில் அவள் கன்னத்தைப் பிடித்து லேசாய் நிமிண்டுவார். அவள் நெரிந்த புருவங்களுடன், கடுகடுப்புடன் அவரைப் பார்த்து, “என்னைத் தொடாதே போ!” என்று கீச்சுக் குரலில் கத்தும்போது அவரையும் அறியாது சத்தமிட்டுக் கொக்கரிப்பார்.

நாட்கள் செல்கின்றன. அவைகளின் கதி விதவிதமாய் இருக்கிறது. மண்ணில் வாயைக் கவ்விக்கொண்டு உடலின் பின் பகுதியை இழுத்துச் செல்லும் மண்ணுணிப் பாம்பு போல், சில சகிக்கமுடியாத மெதுவில் ஊர்கின்றன. விசேஷம் ஒன்றுமில்லாமல் சாதாரணமாய் நடந்து செல்லும் நாட்களும் உண்டு. அடுத்தாற்போலயே தடாலடியாய் சிட்டுக்குருவியாயும் பறந்தன.

பையன் இப்பொழுது ஒருவாறு படிந்து, ‘டிமிக்கி’ பண்ணாமல் பள்ளிக்கூடம் போகிறான். ஒரொரு நாளும் ஏதாவது ஒரு சண்டையை இழுத்துக்கொண்டோ, பலகையை

உடைத்துக்கொண்டோ, புத்தகத்தைக் கிழித்துக்கொண்டோ வருகிறான். கிழவர் தன் பெட்டிக்குள் மூடி வைத்து ஆதரிக்கும் பல பொருள்களில் பலப்பக்குச்சிகளும் காயிதப் பென்சில்களும் சேர்ந்துவிட்டன. சோம்பல் படாமல், அவர் ஏற, பேரன் பேத்தி மார்கள் பின்னாலே பிடித்துத்தள்ள, மாடிப்படி ஏறிப் பெட்டியைத் திறந்து, ஒரொரு நாளும் ஒரு குச்சியை இரண்டாக ஒடித்து, ஆளுக்கு ஒரு துண்டாகக் கொடுத்து அனுப்புவார். ஆனால் அன்று மாலை திரும்பி வருவதற்குள் அவைகளைத் தொலைத்துவிட்டோ அல்லது ஓமப்பொடியாய் ஒடித்துக் கொண்டோ, அடுத்த நாள் பங்குக்குத் தயாராய் வருவார்கள்.

ஒரு நாள் கிழவர் திண்ணையில் உட்கார்ந்துகொண்டு கையில் ஏதோ பத்திரங்களை வைத்துக்கொண்டு யோசனை பண்ணிக்கொண்டிருக்கிறார். அப்பொழுதுதான் யாரோ பேசிவிட்டுப் போயிருக்கிறார்கள். பையன் அவர் பக்கத்தில் இருந்த மசிக்கூட்டில் பேனாவைத் தோய்த்து, தரையில் ஏதோ கொக்குப் போடப்பார்க்கிறான்.

"ஏலே கிஷ்கிந்தை! சும்மாயிரு முள் ஒடிந்துவிடும்!"

"ஒடிஞ்சுடுமா தாத்தா!"

"லொடலொட என்காதே! இங்கே என்னடா வேலை? விளையாடப் போ!"

"என்ன தாத்தா யோசனை பண்ணிண்டிருக்கே?"

கிழவருக்குக் கண்கள் கடுக்கின்றன.

"பெரியவாளோட எப்படிப் பேச வேண்டும் என்று சொல்லியிருக்கிறேன்."

பையனுக்கு, 'உஸ்' என்று நாக்கை உறைத்துக்கொண்டு ஞாபகம் வருகிறது. "மறந்தே போச்சு – என்ன யோசனை பண்ணிண்டிருக்கேள் தாத்தா?"

"தாத்தாவா?"

பையன் அவசர அவசரமாக "அப்பா" என்று திருத்திக் கொள்கிறான். கிழவருக்கு முகம் கொஞ்சம் இளகுகிறது. அந்தப் பெரிய மனிதனையும் தான் மதித்துப் பதில்சொல்லும் முறையில், "நிலத்தைக் கொஞ்சம் விற்றுவிட்டேன்!" என்கிறார். பையனுக்குப் புரியவில்லை. இருந்தாலும் அவர் பதில் சொல்லித் தனக்குக் கொடுத்திருக்கும் கௌரவத்தை விட்டுக்கொடுக்காமல் "ஏன் தாத்தா, வித்துட்டேள்?" என்கிறான்.

"எல்லாம் உங்களுக்கு பலப்பம் வாங்கிக் கொடுத்துக் கொடுத்துக் குடிமுழுகிப் போனதால்தான்!"

நிலங்களில் சில அவ்வப்போது விற்கும்படி ஆகிவிட்டது. விளைவு சுகமில்லை. இரண்டு மூன்று வருடங்களாகவே சரியான மழை இல்லை. விளைவு இல்லையே, வரவு இல்லையே என்று செலவை மட்டுப்படுத்த முடிகிறதோ? வேளா வேளைக்கு நடக்க வேண்டியதிலோ, வாரா வாரம் தேய்த்துக் குளிக்கும் எண்ணெய் முறையில் ஒன்றுதான் குறைக்க முடிகிறதோ? கிழவர் அதில் எல்லாம் ரொம்ப கண்டிப்பு. தன் விஷயத்தில் மாத்திரமல்ல; எல்லோருடைய விஷயத்திலும்தான்.

"சக்கரம் ஓடுகிறவரையில் ஓடட்டுமே! நான் கண் மூடின பிறகு எப்படி ஆனால் என்ன எனக்குத் தெரியப் போகிறதா?"

பெருமூச்செறிந்தபடி, தான் எழுந்திருக்கப் பக்கத்திலிருக்கும் தடியைத் தேடுவார். கிழவருக்கு இப்பொழுது நடைக்கு தடியின் உதவியை நாட வேண்டியிருக்கிறது. அதிலும் அவர் சொகுசாய் தானிருந்தார். அவசரத்திற்கு எதுவானாலும் பரவாயில்லை என்று இல்லை. இதற்காக நாலு பேரிடம் சொல்லி, நல்ல மரத்திற்குக் காத்திருந்து நல்லதாய், திடமுள்ளதாய் ஒன்று வரவழைத்தார். பிடியில் நாய்த்தலை செதுக்கி, தடி அழகாய்த் தானிருக்கிறது. கிழவர் தட்டானை வரவழைத்து எதிரில் வைத்துக்கொண்டு நாய்த்தலைக்கு வெள்ளித் தகடு அடித்துப் போட்டார். உடலின் முக்கால் கனத்தை அதன்மேல் தாங்கிக் கொண்டுதான் இப்பொழுதெல்லாம் நடமாட முடிந்தது.

ஒரு சமயம் அவர் தூங்கிக்கொண்டிருக்கையில் குழந்தைகள் தடியை எடுத்துத் தூக்கிப் போட்டு விளையாடி, அது தவறிக் கீழே விழுந்து விரிசல் கண்டுவிட்டது. கிழவர் துடிதுடித்துப் போனார், "நாசகாலர்கள்! நாசகாலர்கள்!! ஏன் என் வழிக்கு, அனாவசியமாய் வரதுகளோ?" என்று வைதுவிட்டு, விரிந்த இடத்தில் வெள்ளிப் பூண் போடச் செய்தார்.

"உடனடுத்தவளைப் பாருங்கோடா! வால்கள்!!"

அங்கச்சியும் அந்தத் தடியுடன் விளையாடினாள். ஆனால் அண்ணனைப் போல் அதைச் சிலம்பம் பழகாமல் – முதலில் உடலில் அவளுக்குச் சக்தியேது!– அந்த நாய்த் தலைக்குச் சாதம் ஊட்டினாள். அதன் தலையைத் தடவிக் கொடுத்தாள். அதன் மூக்கில் முத்தமிட்டாள். தன்னிடமிருந்து தடி பிரிந்திருக்கும் வேளைகளில் தாத்தா பேத்தியிடம்தான் அதை ஒப்படைத்தார்.

"தாத்தா, நீ பூஜை பண்ணிட்டு வா. நான் நாய்க் குட்டியை ஜாக்கிரதையாப் பாத்துக்கறேன்" என்று குழந்தை பெரியவருக்கு தைரியம் சொல்லுவாள்.

ஆனால், வரவர கிழவருக்குப் பூஜை செய்யத் தள்ளவில்லை. நாளடைவில் அவர் அங்குமணையைப் போட்டுக்கொண்டு மூக்கைப் பிடித்துக்கொண்டு இருப்பது குறைந்து, பிறகு முற்றிலும் அற்றுப்போய், கடைசியில் அவளே பூஜை பெட்டியைத் திறந்து அன்னத்தை எதிரே வைத்து இரண்டு அக்ஷதையைத் தூவி நமஸ்காரம் பண்ணிவிட்டு, அவசரமாய் வெண்கலப் பானையை சமையல் கட்டுக்கு எடுத்துச் செல்லும் கட்டமும் வந்துவிட்டது.

"இந்தாடி அங்கச்சி! இந்த சாதத்தைக் காக்கைக்குப் போட்டுட்டு வா...."

அம்மன் ஆராதனை இத்துடன் நின்றுவிட்ட நாட்களும் வந்துவிட்டன.

அப்புறம் இன்னொரு நாளும் வந்தது.

அங்கச்சிக்கு ஜலதோஷம் மாதிரி கண்டு, அப்புறம் என்னடாவென்றால் விபரீதமாய் கபம் மார்பில் உராய்ந்து விட்டது. இரவு முழுதும் மூச்சுக்கு அவள் தவியாய்த் தவித்த கண்ணராவி இப்பபொழுதுகூட கண்முன் வந்து நிற்கிறது. இருந்தாலும். கடன்காரிக்குக் கடைசி வர சுய நினைவு போக வில்லை. தாத்தாவை அழைத்து, மடி மீது தன்னைப் போட்டுக் கொள்ள ஜாடை காட்டி, தடியைக் கையில் பிடித்து, அதன் நாய்த் தலையைக் கன்னத்துடன் பதிய வைத்துக்கொண்டுதான் பிராணனை விட்டாள்.

அன்று மழை தூறிக்கொண்டிருந்தது. துக்கத்தில் மார் வெடித்துவிடும்போல் அழுதுகொண்டிருக்கையிலேயே காட்டிற்குப் போகும் தூளியைத் துரத்திக்கொண்டு, 'அங்கச்சி, அங்கச்சி!! என்று அலறிக்கொண்டு ஓடுகையிலேயே உள்ளூர கவலை, வளையிலிருந்த பாம்பின் தலைபோல் நீட்டுகிறது. 'ஐயோ, மழை பெய்யறதே! பிணம் சரியா வேகணுமே!'

பெற்ற தாயாய் இருந்தாலும் சுய உணர்வு எந்த வரை போய் நிற்கும் என்று தெரியவில்லை.

மாமனாரைப் பார்க்கச் சகிக்கவில்லை. கிழவர் தன் தோழியை இழந்துவிட்டார். குட்டியைப் பறிகொடுத்த பூனையாய் வீட்டில் சுற்றிச் சுற்றி அலைந்தார். துக்கத்தின் கொடூரம் தாங்காது அவர்

முகத்தில் தேங்கிய திகைப்பைப் பார்க்கையில் எழும் பரிவு தாங்காமல், அவரைக் குழந்தைபோல் மார்மேல் சாத்திக்கொள்ளலாம் போல் தோன்றும். பின்னால் கையைக் கட்டிக்கொண்டு அவள் இருக்கும் இடத்திற்கு வந்து வந்து, வாசற்படியில் நிற்பார். விழிகளில் கண்ணீர் மல்க உதட்டைப் பிதுக்கி, தலையை இல்லையெனும் பாவனையில் ஆட்டிவிட்டுச் செல்வார்.

தன்னைத் தேற்றுவதற்காக அவர் தன் பதவியிலிருந்து வளைந்து கொடுக்க முடிந்தது அவ்வளவுதான் என்ற அர்த்தமா?

குழந்தை இறந்த புதிதில், ஆதரவிற்குப் பத்து நாட்கள் அவள் உடன் பிறந்தான் மனைவி வந்திருந்தாள். வீட்டுக் காரியங்களில் ஒரு பங்கு அவள் ஏற்றுக்கொண்டதால் அவளுக்குச் சற்று விட்டேற்றியாய் இருந்தது. மாடி அறையில் கட்டிலில் மெத்தை மேல், ரத்தினக் கம்பள விரிப்பின் மேல் படுத்தவண்ணம், ஜன்னலுக்கு வெளியே தெரியும் மந்தார வானத்திலும் அதனாலேயே ஒரு மனோகரம் திகழும் சூழ்நிலையில், மன விரிப்பில், அங்கச்சியைப் பற்றிய நினைவுகளை நெய்து கொண்டிருப்பாள்.

அங்கச்சியின் அலாதியான புத்திசாலித்தனம், அத்துருத்தனம், விண்டு விழும் பேச்சு... அவள் இறந்து போகும்போது எல்லோருக்கும் வழிகாட்டியாய்க் காட்டிய தைரியம்.. இன்னும் அவள் உயிரோடிருந்திருந்தால் எப்படி எப்படியெல்லாம் இருந்திருப்பாள் என்ற பெருமிதம்–ஒரு வேளை வயதுக்கு மீறிய புத்தியிருந்ததனால்தானோ? பொறுக்காமல் சுவாமி அவளைக் கொண்டு போய்விட்டார் என்று நினைக்கையில், கடவுளைப் பற்றி ஒரு ஏளனம், அவளைப் பற்றி ஒரு ஆறுதல்.

அம்மாதிரி நினைவின் ஸ்புடத்தில் துயரத்தைத் தழுவிக் கொள்கையிலும் ஒரு தனி போதை, சோக சுகம் இருக்கத்தான் இருக்கிறது.

சாவின் தழும்புடனேதான் உயிர் பிறக்கிறதோ? பிறவியே கீறல்பட்ட பாண்டம்தானோ?

அப்புறம் வருடந்தோறும் அங்கச்சி இறந்த தினத்தன்று அவளையொத்த வயதுப் பெண்குழந்தைக்கு சாதம் போட்டு, ஒரு பட்டுப் பாவாடை எடுத்துக் கொடுத்துக்கொண்டிருந்தது.

இம்மாதிரியேதான் ஒவ்வொரு நாளும் செல்கிறது. தயிரைக் கடையும்போது, பாத்திரத்தின் உள்பக்கத்தில் படரும்

வெண்ணெய்த் திரள்கள். தன்னுடன் அதனதன் அடையாள மான துக்கங்களையும் சந்தோஷங்களையும் சந்தோஷத்தில் துக்கத்தையும், துக்கத்தில் இன்பத்தையும் சேர்த்துக்கொண்டு, இம்மாதிரி பல நாட்கள் சேர்ந்துதான் வாரம், மாதம், வருடம் ஆகையில் நாளுக்கும் வருடத்திற்கும் என்ன பிரமாத வித்தியாசம்?

❖❖❖